18 പുരാണങ്ങൾ

വാല്യം : അഞ്ച്

ബ്രഹ്മപുരാണകഥകൾ
ബ്രഹ്മാണ്ഡപുരാണകഥകൾ

ഡോ. സി. കെ. മോഹനൻ

കോഴിക്കോട് സർവ്വകലാശാലയിൽ നിന്ന് സംസ്കൃതസാഹിത്യത്തിൽ എം.എ., പി.എച്ച്.ഡി., മലയാളത്തിൽ എം.എ. വിവിധ സ്കൂളുകളിൽ മലയാളം അദ്ധ്യാപകനായി പ്രവർത്തിച്ചിട്ടുണ്ട്. പിന്നീട് ഹയർസെക്കന്ററി വിഭാഗത്തിൽ സംസ്കൃതാദ്ധ്യാപകനായി പ്രവർത്തിക്കവേ തിരുവങ്ങാട് ഗവ.ഹയർസെക്കന്ററി സ്കൂളിൽ നിന്ന് വിരമിച്ചു. "സമന്വയത്തിന്റെ ദർശനം" എന്ന പുസ്തകത്തിന്റെ കർത്താവാണ്. അജിത് ബാലകൃഷ്ണൻ ഫൗണ്ടേഷന്റെ 'ഇന്നൊവേറ്റീവ് ടീച്ചർ അവാർഡ്' ജേതാവാണ്. സാഹിത്യസാംസ്കാരിക മേഖലകളിൽ പ്രവർത്തിച്ചുവരുന്നു. അക്ഷരശ്ലോകപ്രചാരകനും പ്രഭാഷകനുമാണ്.

ഡോ. പാലനാട് വാസുദേവൻ നമ്പൂതിരി

കോഴിക്കോട് സർവ്വകലാശാലയിൽ നിന്ന് സംസ്കൃതസാഹിത്യത്തിൽ എം.എ., പി.എച്ച്.ഡി., ബി.എഡ്. പട്ടാമ്പി ഗവ. ഹയർസെക്കന്ററി സ്കൂൾ പ്രിൻസിപ്പലായി വിരമിച്ചു. അഥർവ്വവേദാലോകം, ഉപനിഷത്തുക്കളുടെ ലോകം (രണ്ടുഭാഗം), സ്മൃതിഗ്രന്ഥങ്ങൾ, മീമാംസാദ്വയം എന്നീ മലയാളഗ്രന്ഥങ്ങളും 'Payyur Bhattar and Purva Mimamsa Literature' എന്ന ഇംഗ്ലീഷിലുള്ള പുസ്തകവും പ്രസിദ്ധീകരിച്ചിട്ടുണ്ട്.

ബ്രഹ്മപുരാണകഥകൾ

ഡോ. സി.കെ.മോഹനൻ

ബ്രഹ്മാണ്ഡപുരാണകഥകൾ

ഡോ. പാലനാട് വാസുദേവൻ നമ്പൂതിരി

കൈരളി ബുക്സ്

Malayalam Language
Pathinettu Puranangal
Vol. 5
(Divotional)
Compiled by
Dr. K.H. Subrahmanian
♦
Published in November 2022
by Kairali Books Private Limited
Thalikkavu Road, Kannur.
Ph : 0497-2761200
E-Mail : Kairalibooksknr@gmail.com
♦
Cover Design :
Prasanth Mangad
♦
Printed at
Printing Park, Tly

77/22-23/Sl.No.1385/500/NS 18.6
ISBN 978-93-94472-35-8

പ്രസാധകകുറിപ്പ്

ഭാരതീയ സംസ്കൃതിയുടെ ദാർശനിക അടിത്തറയെക്കുറിച്ച് പറയുമ്പോൾ ഇതിഹാസങ്ങൾക്കും പുരാണങ്ങൾക്കും ഉള്ള സ്ഥാനം മഹനീയമാണ്. ആയിരത്താണ്ടുകൾ പഴക്കമുള്ള ഈ രചനകൾ ഭാവിയിലേക്കുള്ള നീക്കിയിരിപ്പായി വർത്തമാനകാലത്തെ ദീപ്തമാക്കുന്നു. മുതിർന്നവർക്കും കുട്ടികൾക്കും സുഗമമായി വായിക്കാവുന്ന തരത്തിൽ പുരാണങ്ങൾ കഥാരൂപത്തിൽ അവതരിപ്പിക്കുകയാണ് ഈ പദ്ധതിയിലൂടെ കൈരളി ബുക്സ്.

മുൻ കണ്ണൂർ സർവ്വകലാശാല റജിസ്ട്രാറും ക്ഷേത്ര കലാ അക്കാദമി ചെയർമാനുമായ ഡോ.കെ.എച്ച്. സുബ്രഹ്മണ്യൻ ആണ് ഈ പദ്ധതിയുടെ ജനറൽ എഡിറ്റർ. ഡോ. പി. മനോഹരൻ, കെ.എച്ച്. ഉഷപ്രഭ, ഡോ. തുളസി ടി. ടി., ഡോ. സി. കെ.മോഹനൻ, ഡോ. പാലനാട് വാസുദേവൻ നമ്പൂതിരി എന്നിവരുടെ മനോഹരങ്ങളായ പുനരാഖ്യാനങ്ങൾ ഈ കൃതികളെ ഏറെ വായനാതൽപരമാക്കുന്നു. ഓരോ വീടുകളിലും അമൂല്യമായി സൂക്ഷിക്കേണ്ട ഗ്രന്ഥങ്ങളായാണ് ഈ പരമ്പര രൂപകല്പന ചെയ്തിരിക്കുന്നത്.

സ്നേഹപൂർവ്വം

ഒ. അശോക് കുമാർ
മാനേജിംഗ് ഡയരക്ടർ

ആമുഖം

ഡോ. കെ.എച്ച്. സുബ്രഹ്മണ്യൻ
ജനറൽ എഡിറ്റർ

"സർഗ്ഗശ്ച പ്രതിസർഗ്ഗഞ്ച വംശോ മന്വന്തരാണിച എന്ന് ബ്രഹ്മാണ്ഡ പുരാണത്തിൽ (1.1.37-38) പുരാണങ്ങളുടെ വിശേഷസ്വഭാവങ്ങൾ വിവരിച്ചുകാണുന്നു. സർഗ്ഗം-പ്രപഞ്ചസൃഷ്ടി, പ്രതിസർഗ്ഗം - പ്രപഞ്ചവിനാശവും പുനഃസൃഷ്ടിയും, വംശം-ദേവതകളുടേയും-വംശങ്ങളുടേയും മഹർഷിമാരുടേയും പരമ്പരകൾ, മന്വന്തരം-പ്രപഞ്ചസൃഷ്ടിക്കും നാശത്തിനും പുനഃസൃഷ്ടിക്കും ഹേതുഭൂതനായ മനുവിന്റെ കാലഘട്ടങ്ങൾ, വംശാനുചരിതം-ഭൂത-വർത്തമാന-ഭാവി കാലങ്ങളിലെ രാജവംശങ്ങളുടെ ചരിത്രം എന്നിവയാണ് പുരാണങ്ങളുടെ സ്വഭാവവിശേഷങ്ങൾ.

നമുക്ക് ഇന്ന് ലഭ്യങ്ങളായ മഹാപുരാണങ്ങളൊന്നും മേൽപറഞ്ഞ നിർവ്വചനത്തെ പൂർണ്ണമായും പിന്തുടരുന്നില്ല. പുരാണസാമാന്യനിർവ്വചനത്തിൽ പറഞ്ഞ വിഷയങ്ങൾക്കു പുറമെ മതം, പൂജാകർമ്മങ്ങൾ, തീർത്ഥാടനകേന്ദ്രങ്ങൾ, ഉപവാസവ്രതാദികൾ, ദാനധർമ്മങ്ങൾ, കർമ്മഫലങ്ങൾ, സ്തുതികൾ എന്നിങ്ങനെ പല വിഷയങ്ങളും മഹാപുരാണങ്ങൾക്കകത്ത് വർണ്ണിക്കപ്പെട്ടിട്ടുണ്ട്. ഇത് കാലപ്രവാഹത്തിൽ മഹാപുരാണങ്ങൾക്കകത്ത് കൂട്ടിച്ചേർക്കപ്പെട്ടയായിരിക്കണം. എന്നാൽ ബ്രഹ്മാണ്ഡപുരാണം ഇതിനൊരപവാദമാണ്. സർഗ്ഗം, പ്രതിസർഗ്ഗം, വംശം, മന്വന്തരങ്ങൾ, വംശാണിചരിതം എന്നുള്ള പുരാണങ്ങളുടെ അഞ്ചുലക്ഷണങ്ങളും വിശദമായി ഈ പുരാണത്തിൽ പ്രതിപാദിക്കപ്പെട്ടിട്ടുണ്ട്. അതുകൊണ്ടുതന്നെ ബ്രഹ്മാണ്ഡപുരാണമാണ് ഏറ്റവും പഴക്കം ചെന്നത് എന്ന വാദത്തിനും പ്രസക്തി കൈവന്നിട്ടുണ്ട്.

സംസ്കൃതസാഹിത്യത്തിലെ ഒരു വിഭാഗമായി കണക്കാക്കപ്പെടുന്ന പുരാണസാഹിത്യം വൈദികകാലഘട്ടത്തിൽ രൂപം കൊണ്ടതായിരിക്കണം. ഉപനിഷത്തുകളിലും, ബ്രാഹ്മണങ്ങളിലും, സംഹിതകളിലും പുരാണം പ്രത്യേകമായി പഠിക്കേണ്ട ഒരു സാഹിത്യശാഖയാണ് എന്ന് പരാമർശങ്ങളുണ്ട്. ഋഗ്വേദത്തിലും അഥർവ്വവേദത്തിലും പുരാണമെന്ന വാക്കുപയോഗിച്ചുകാണാം. ഛാന്ദോഗ്യോപനിഷത്തിൽ പാഠ്യഭാഗമായി പുരാണത്തെ പറഞ്ഞിട്ടുണ്ട്. ശതപഥബ്രാഹ്മണത്തിൽ യാഗത്തിന്റെ

ഒൻപതാം ദിവസം പുരാണപാരായണം നടത്തണമെന്ന് നിർദ്ദേശിച്ചിട്ടുണ്ട്.

വൈദിക കാലഘട്ടത്തിലെ ഈ പുരാണസാഹിത്യം പിൽക്കാലത്ത് ഭാഷാപരമായും, രൂപഭാവപരമായും ഒട്ടനവധി മാറ്റങ്ങൾക്ക് വിധേയമായിട്ടുണ്ട്. മതപരവും, ആചാരപരവും, ചരിത്രപരവും, വേദാന്തപരവും മറ്റുമായി ഒട്ടനവധി കാര്യങ്ങൾ വിവിധ ഗുരുപരമ്പരകളിൽ നിന്ന് പുരാണങ്ങളിൽ ഉൾച്ചേർക്കപ്പെടുകയുണ്ടായി.

“ഇതിഹാസപുരാണാഭ്യാം വേദം സമുപബൃംഹയേത്” എന്ന് ബ്രഹ്മാണ്ഡപുരാണത്തിൽ (1:1:71) പറഞ്ഞുകാണുന്നു. വൈദികസാഹിത്യത്തിൽ കാണുന്ന ജ്ഞാനവിജ്ഞാനശാഖകളെ കണ്ടെത്തി വികസിപ്പിക്കുകയാണ് പുരാണങ്ങളുടെ ഉദ്ദേശ്യം എന്ന് ഈ വരിയിൽ നിന്ന് മനസ്സിലാക്കാം. പുരാണങ്ങളുടെ പരമ്പരാഗത സൃഷ്ടാവായ വ്യാസമഹർഷിയെ കുറിച്ച് ബ്രഹ്മപുരാണത്തിൽ (1.15) ഇപ്രകാരം വിവരിച്ചുകാണുന്നു:-

“വിസ്താരായതു വേദാനാം
സ്വയം നാരായണ:പ്രഭു:
വ്യാസരൂപേണ കൃതവാൻ
പുരാണാനി മഹീതലേ
ആഖ്യാനൈശ്ചാ പ്യു പാ ഖ്യാ നൈ:
ഗാഥാഭി: കല്പശുദ്ധിഭി:
പുരാണസംഹിതാം ചക്രേ
പുരാണാർത്ഥവിശാരദ:”

വേദങ്ങളെ വിശദീകരിക്കുന്നതിനായി ശ്രീനാരായണപ്രഭു ഭൂമിയിൽ വ്യാസരൂപത്തിൽ അവതരിച്ച് നാനാതരം വർണ്ണനകളോടു കൂടിയ പുരാണപ്രപഞ്ചം സൃഷ്ടിച്ചു എന്നാണ് ഈ ശ്ലോകത്തിന്റെ സാരാർത്ഥം. രാമായണമഹാഭാരതങ്ങളോടൊപ്പം പുരാണങ്ങളും വൈദികസംസ്കാരത്തിന്റെയും വിജ്ഞാനത്തിന്റെയും ഭാഗമായി ബഹുജനസുഖഹിതങ്ങൾക്ക് സുഗ്രാഹ്യമായൊരു ഭാഷയിൽ ഉടലെടുത്തു എന്നതാണ് ഇതിൽ നിന്നെല്ലാം ഉരുത്തിരിഞ്ഞു കിട്ടുന്ന അർത്ഥതലം.

ചരിത്രാതീതകാലം മുതൽ പുരാണങ്ങൾ പ്രചാരത്തിലുണ്ടായിരുന്നു എന്ന് ബ്രാഹ്മണങ്ങളിലെ പരാമർശങ്ങൾ സൂചിപ്പിക്കുന്നു. മഹാഭാരതത്തിൽ ദേവന്മാരെയും സിദ്ധന്മാരെയും പറ്റിയുള്ള കഥകൾ എന്ന അർത്ഥത്തിലാണ് പുരാണം എന്ന പദം പ്രയോഗിച്ചിട്ടുള്ളത്. സ്മൃതിഗ്രന്ഥങ്ങളിൽ പുരാണങ്ങളെ ഇതിഹാസങ്ങൾ എന്നും അഞ്ചാംവേദം എന്നും

പറയണമെന്ന് വിവരിച്ചിട്ടുണ്ട്. വേദങ്ങളുടെ വ്യാഖ്യാനങ്ങളാണ് പുരാണങ്ങൾ എന്ന നിലപാടും സ്മൃതിഗ്രന്ഥങ്ങളിൽ കാണാം. പുരാനവം എന്ന പദത്തിൽ നിന്നാണ് പുരാണപദം നിഷ്പന്നമായിരിക്കുന്നത് എന്ന് ഒരു വ്യാഖ്യാനമുണ്ട്. പഴയകാലത്ത് പുതുമ പകർന്നുകൊണ്ടുണ്ടായ കഥകൾ എന്നാണ് ഈ വ്യുൽപ്പത്തികൊണ്ട് ഉദ്ദേശിക്കുന്നത്. പ്രാചീന പുരാണങ്ങളോട് പല കാര്യങ്ങളും കൂട്ടിച്ചേർത്തുകൊണ്ട് പല പുരാണങ്ങളുടേയും രൂപഭാവങ്ങൾക്ക് മാറ്റം വന്നിട്ടുണ്ട്. ബ്രഹ്മാവിഷ്ണു മഹേശ്വരന്മാരെ സ്തുതിക്കുന്ന പുരാണങ്ങൾക്കകത്തുനിന്ന് പ്രപഞ്ചത്തെക്കുറിച്ചും ഭൂമിയെക്കുറിച്ചും കുറെ കാര്യങ്ങൾ മനസ്സിലാക്കാൻ സാധിക്കുന്നുണ്ട്.

ക്രിസ്തുവർഷത്തിനുമുമ്പ് രൂപം കൊണ്ട പുരാണങ്ങൾക്ക് എ.ഡി.15ാം നൂറ്റാണ്ടുവരെ പല പല കൂട്ടച്ചേർക്കലുകളും പുരാണങ്ങളിൽ നടന്നിട്ടുണ്ട് എന്നാണ് ചരിത്രകാരന്മാരുടെ പക്ഷം.

"ആഖ്യാനൈശ്ചാപാഖ്യനൈ:
ഗാഥാഭി:കല്പശുദ്ധിഭി:
പുരാണസംഹിതാം ചക്രേ
പുരാണാർത്ഥ വിശാരദ:"

വർണ്ണനകൾ, ഉപവർണ്ണനകൾ, കഥകൾ എന്നിവ കൂട്ടിച്ചേർത്തുകൊണ്ട് പുരാണസ്വരൂപത്തെക്കുറിച്ച് ശരിയായ അറിവുനേടിയവർ പുരാണങ്ങൾ രചിച്ചു എന്ന് അർത്ഥം വരുന്ന ഒരു ശ്ലോകം വിഷ്ണുപുരാണത്തിൽ കാണാം. വ്യാസമഹർഷിയാണ് എല്ലാ പുരാണങ്ങളുടേയും രചന നടത്തിയത് എന്ന് മത്സ്യപുരാണത്തിൽ കാണുന്നു.

"അഷ്ടാദശപുരാണാനി
കൃത്വാസത്യവതീ സുത:
ഭാരതാഖ്യാനമഖിലം
ചക്രേതദുപബ്യംഹണം."

ബാണഭട്ടൻ, ശ്രീശങ്കരാചാര്യർ, കുമാരിലഭട്ടൻ തുടങ്ങിയവർ പുരാണങ്ങൾക്കംഗീകാരം നൽകിയിട്ടുണ്ട്.

ഇതിഹാസങ്ങളെപ്പോലെ ശ്ലോകരൂപത്തിലാണ് എല്ലാ പുരാണങ്ങളും രചിക്കപ്പെട്ടിരിക്കുന്നത്. എന്നാൽ കാവ്യഭംഗി രാമായണമഹാഭാരതങ്ങളെ അപേക്ഷിച്ച് പുരാണങ്ങളിൽ കാണാൻ പ്രയാസമാണ്. പ്രശസ്തങ്ങളായ പതിനെട്ടു പുരാണങ്ങളും പതിനെട്ടു ഉപപുരാണങ്ങളും ഉണ്ട്

എന്നാണ് കണക്കാക്കപ്പെട്ടിരിക്കുന്നത്. നമ്മുടെ പ്രാചീനസംസ്കാരത്തിന്റെ പ്രതിബിംബമായും സാംസ്കാരികോദ്ഗതിയുടെ അടിത്തറയായും, വിവിധകലാരൂപങ്ങളുടെ ഉല്പത്തിക്ക് അടിസ്ഥാനമായും പുരാണങ്ങൾക്ക് ഗണനീയമായ ഒരു സ്ഥാനമുണ്ടെന്നത് അനിഷേധ്യമാണ്.

പതിനെട്ടു പുരാണങ്ങളെ ഇപ്രകാരമാണ് വിഭജിച്ചിരിക്കുന്നത്-വിഷ്ണുവിനെ സംബന്ധിക്കുന്ന ആറ് പുരാണങ്ങൾ, ബ്രഹ്മാവിനെ സംബന്ധിക്കുന്ന ആറ് പുരാണങ്ങൾ, മഹാശിവനെ സംബന്ധിക്കുന്ന ആറ് പുരാണങ്ങൾ. ഈ പതിനെട്ടു പുരാണങ്ങൾക്ക് സനൽകുമാരം, നാരസിംഹം, മാനവം, ആദിത്യം, ദേവീഭാഗവതം, വിഷ്ണുധർമ്മോത്തരം തുടങ്ങിയ പേരുകളിൽ പതിനെട്ടു ഉപപുരാണങ്ങൾ നമുക്ക് കിട്ടിയിട്ടുണ്ട്.

മഹാവിഷ്ണുവിനെ സംബന്ധിക്കുന്ന പുരാണങ്ങൾ വിഷ്ണുപുരാണം, ഭാഗവതപുരാണം, നാരദീയ പുരാണം, ഗാരുഡപുരാണം, പത്മപുരാണം, വാരാഹപുരാണം എന്നിവയാണ്. ശിവനെ സംബന്ധിക്കുന്ന പുരാണങ്ങൾ വായു-ലിംഗ-സ്കന്ദ-അഗ്നി-മത്സ്യ-കൂർമ്മ എന്നിവയാണ്. ബ്രാഹ്മം, ബ്രഹ്മാണ്ഡം, ബ്രഹ്മവൈവർത്തം, മാർക്കണ്ഡേയം, ഭവിഷ്യം, വാമനം എന്നിവയാണ് ബ്രഹ്മാവിനെ സംബന്ധിക്കുന്ന പുരാണങ്ങൾ. ഈ പുരാണങ്ങളുടെ ലഘുവായ ഒരു വിവരണം താഴെ ചേർക്കുന്നു.

1. വിഷ്ണുപുരാണം : സർഗ്ഗം, പ്രതിസർഗ്ഗം എന്നിങ്ങനെയുള്ള സാങ്കേതികങ്ങളായ അഞ്ചുവിഭാഗങ്ങൾ ഏറെ പ്രാധാന്യമുള്ള വിഷ്ണുപുരാണത്തിലുണ്ട്. പുരാണരത്നം എന്ന പേരു കൂടി വിഷ്ണുപുരാണത്തിനുണ്ട്. മഹാവിഷ്ണുവിന്റെ ശ്രീകൃഷ്ണാവതാരകഥ, പ്രപഞ്ചസൃഷ്ടി, ഭൂമിവിവരണം, ഭാരതവർഷവിവരണം, വാനശാസ്ത്രം, സപ്തദ്വീപവർണ്ണനം എന്നിവയാണ് വിഷ്ണുപുരാണത്തിലെ പ്രതിപാദ്യം. ശിഷ്യനായ മൈത്രേയന് പരാശരമുനി ഉപദേശിക്കുന്ന രീതിയിലാണ് ഈ പുരാണത്തിന്റെ ഘടന. വ്യാസമഹർഷി പുരാണസംഹിത നിർമ്മിച്ച് സൂതനായ രോമഹർഷണന് നൽകി എന്നും അദ്ദേഹം ശിഷ്യന്മാർക്ക് ഇത് പകർന്നേകി എന്നും ഈ പുരാണത്തിൽ നിന്ന് മനസ്സിലാക്കാം.

2. ഭാഗവത പുരാണം : വിഷ്ണുഭക്തന്മാർക്ക് അത്യന്തം പ്രിയങ്കരമായ ഈ പുരാണം ഏറെ പ്രചാരം സിദ്ധിച്ചിട്ടുള്ള ഒന്നാണ്. പന്ത്രണ്ട് സ്കന്ദങ്ങളിലായി പതിനെട്ടായിരം ശ്ലോകങ്ങൾ ദശമസ്കന്ദത്തിൽ പ്രതിപാദിക്കപ്പെടുന്ന ശ്രീകൃഷ്ണാവതാരകഥയ്ക്കാണ് ഈ പുരാണത്തിൽ കൂടു

തൽ ജനസമ്മതിയും പ്രചാരവും കൈവന്നിട്ടുള്ളത്. ഭാഗവത പുരാണത്തിന്റെ മാഹാത്മ്യം വിവരിക്കാനായി മാത്രം പത്മപുരാണത്തിൽ ഒരദ്ധ്യായം നീക്കിവെക്കപ്പെട്ടിട്ടുണ്ട്. വൈഷ്ണവഭക്തി ഊട്ടിയുറപ്പിക്കുന്നതിന് സഹായകങ്ങളായ ആഖ്യാനങ്ങൾക്കുപുറമേ ഭാരതത്തിലെ വിവിധ സ്ഥലങ്ങളുടെ വർണ്ണനകളും ഭൂമിശാസ്ത്രപ്രതിപാദനവും ഭാഗവതപുരാണത്തിലുണ്ട്. മിക്കവാറും എല്ലാ ഭാരതീയ ഭാഷകളിലും ഭാഗവതപുരാണം വിവർത്തനം ചെയ്യപ്പെട്ടിട്ടുണ്ട്. കപിലമഹർഷിയെയും ശ്രീബുദ്ധനെയും ഭാഗവതപുരാണത്തിൽ മഹാവിഷ്ണുവിന്റെ അവതാരമായാണ് പറഞ്ഞിരിക്കുന്നത്.

3. നാരദപുരാണം : നാരദീയപുരാണം എന്ന പേരിൽ കൂടി അറിയപ്പെടുന്ന ഈ പുരാണത്തിൽ ഗോമതീ നദീതീരത്തെ നൈമിശാരണ്യത്തിൽ വെച്ച് നാരദമഹർഷി മറ്റു മഹർഷിമാരുമായി നടത്തുന്ന ആശയവിനിമയമാണ് മുഖ്യമായും വർണ്ണിച്ചിരിക്കുന്നത്. ദൈവനിന്ദയും ഗോഹിംസയും ചെയ്യുന്നവരുടെ സാമീപ്യത്തിൽ ഈ പുരാണപാരായണം ചെയ്യരുത് എന്നും പറഞ്ഞിട്ടുണ്ട്. ഇരുപത്തയ്യായിരം ശോകങ്ങളടങ്ങിയ നാരദീയ പുരാണത്തിലെ പല ഭാഗങ്ങളും പിൽക്കാലത്ത് കൂട്ടച്ചേർക്കപ്പെട്ടവയാണെന്ന് ചരിത്രപണ്ഡിതന്മാർ പറയുന്നു.

4. ഗരുഡപുരാണം : ഏറെ പഴക്കമില്ലാത്ത ഒരു പുരാണമാണ് ഇതെന്ന് കണക്കാക്കപ്പെടുന്നു. മഹാവിഷ്ണു ഗരുഡന് നൽകുന്ന ഉപദേശമായാണ് ഗാരുഡപുരാണത്തിന്റെ ഘടന. എട്ടായിരം ശ്ലോകങ്ങളടങ്ങിയ ഈ പുരാണത്തിൽ സൂര്യക്ഷേത്രങ്ങൾ, പുണ്യസ്ഥലങ്ങൾ, മരണാനന്തരജീവിതം എന്നിവയെ കൂടാതെ പലതരം ഔഷധങ്ങൾ, അമൂല്യരത്നങ്ങൾ, ജ്യോതിഷം, ഹസ്തരേഖാശാസ്ത്രം തുടങ്ങിയ വിഷയങ്ങളും പ്രതിപാദിക്കപ്പെട്ടിട്ടുണ്ട്.

5. പത്മപുരാണം : ആറ് കാണ്ഡങ്ങളും പന്ത്രണ്ടായിരം ശ്ലോകങ്ങളുമടങ്ങിയ പത്മപുരാണത്തിന് വിഷ്ണുപുരാണവുമായി ഒട്ടേറെ സമാനതകളുണ്ട്. സൃഷ്ടിപ്രക്രിയ, ഭൂമിവിവരണം, ശ്രീരാമ-ദുഷ്യന്തന്മാരുടെ കഥാകഥനം, മ്ലേച്ഛന്മാരെക്കുറിച്ചും ഇസ്ലാം മതവിശ്വാസികളെക്കുറിച്ചും ഉള്ള പരാമർശങ്ങൾ എന്നിവ കാണാം. ക്രിസ്തുവർഷം പത്താം നൂറ്റാണ്ടിനു ശേഷം പത്മപുരാണത്തിൽ പല കൂട്ടിച്ചേർക്കലുകളും നടന്നിട്ടുണ്ടെന്നാണ് ചരിത്രപണ്ഡിതന്മാർ കണ്ടെത്തിയിരിക്കുന്നത്.

6. വാരാഹപുരാണം : വരാഹാവതാരം കൈക്കൊണ്ട മഹാവിഷ്ണു പറയുന്ന രീതിയിൽ രചിക്കപ്പെട്ടിരിക്കുന്ന ഈ പുരാണത്തിൽ ഏഴായിരം ശ്ലോകങ്ങൾ ഉണ്ട്. വൈഷ്ണവതീർത്ഥാടന കേന്ദ്രങ്ങളുടെ വിവരണങ്ങൾ മധുരാപുരിയുടെ സവിശേഷതകൾ, അവിടത്തെ ക്ഷേത്രങ്ങൾ എന്നിവയാണ് പ്രതിപാദിക്കപ്പെട്ടിരിക്കുന്നത്.

7. വായുപുരാണം : പ്രക്രിയ, ഉപോദ്ഘാതം, അനുഷങ്കം, ഉപസംഹാരം എന്നിങ്ങനെ നാലുപാദങ്ങളാണ് ഈ പുരാണത്തിലുള്ളത്. പ്രപഞ്ചവസ്തുസൃഷ്ടിയാണ് പ്രക്രിയാപാദത്തിലെ വർണ്ണ്യവിഷയം. ഈ വിഷയം തന്നെ ഉപോദ്ഘാത പാദത്തിലും വർണ്ണിച്ചിട്ടുണ്ട്. തുടർന്ന് വിവിധ കല്പങ്ങൾ, കാലങ്ങൾ എന്നിവയുടെ വിശദീകരണങ്ങളും ഈ പാദത്തിൽ ഉണ്ട്. ജംബുദ്വീപം, സുമേരുപർവ്വതം, ദേവകൂടം, കൈലാസം, ഹിമവാൻ, വിവിധനദികൾ എന്നിവയുടെ വർണ്ണനകൾക്കാണ് അനുഷങ്ക ഉപസംഹാരപാദങ്ങൾ നീക്കിവെച്ചിരിക്കുന്നത്. മഹാശിവനെ സ്തുതിക്കുന്ന ധാരാളം വർണ്ണനകൾ അടങ്ങിയ വായുപുരാണം ഗുപ്തരാജവംശത്തെക്കൂടി പരാമർശിക്കുന്നുണ്ട്.

8. ലിംഗപുരാണം : മഹാശിവന്റെ ഇരുപത്തെട്ട് വിധത്തിലുള്ള രൂപഭാവങ്ങൾ വർണ്ണിക്കുകയും ആരാധിക്കുകയും ചെയ്യുന്നതാണ് ലിംഗപുരാണത്തിൽ പ്രതിപാദിച്ചിരിക്കുന്നത്. ലിംഗസ്വരൂപിയായ മഹാദേവൻ സനാതനധർമ്മങ്ങൾ ഉപദേശിക്കുന്ന രീതിയിൽ രചിക്കപ്പെട്ടിരിക്കുന്ന ലിംഗപുരാണത്തിൽ ശ്രീകൃഷ്ണൻ വരെയുള്ള വിവിധ രാജവംശങ്ങളെക്കുറിച്ചുള്ള വർണ്ണനകളും, പ്രപഞ്ചവിവരണവും അടങ്ങിയിരിക്കുന്നു.

9. സ്കാന്ദപുരാണം : സ്കന്ദൻ- സുബ്രഹ്മണ്യൻ പറയുന്ന രീതിയിൽ രചിക്കപ്പെട്ട ഈ പുരാണത്തിൽ എട്ടു ഭാഗങ്ങളിലായി എൺപതിനായിരം ശ്ലോകങ്ങളുണ്ട്. സംഹിത, ഖണ്ഡം, മാഹാത്മ്യം എന്നിങ്ങനെ പല രൂപങ്ങളിലാണ് അപൂർണ്ണമാണെന്ന് കണക്കാക്കപ്പെടുന്ന ഈ പുരാണത്തിന്റെ ഘടന. താരകാസുരവധകഥ മുഖ്യമായും വിവരിക്കുന്ന സ്കന്ദപുരാണത്തിന് മഹാകവി കാളിദാസന്റെ കുമാരസംഭവം മഹാകാവ്യവുമായി ഏറെ സാദൃശ്യമുണ്ട്. വാരാണസിയിലെയും സമീപപ്രദേശങ്ങളിലെയും ശിവാലയങ്ങളെ കുറിച്ചുള്ള ദീർഘവർണ്ണനകൾ, ഒറീസ്സയിലെ പുരിജഗന്നാഥക്ഷേത്രവർണ്ണന, പല പ്രാദേശികക്ഷേത്രങ്ങളുടെ വർണ്ണനകൾ, ഭാരതത്തിലെ ജനപഥങ്ങളെ കുറിച്ചും ജനങ്ങളെക്കുറിച്ചുമുള്ള വിവരണങ്ങൾ എന്നിവയും സ്കന്ദപുരാണത്തിൽ കാണുന്നു.

10. അഗ്നിപുരാണം : ഏതാണ്ട് ക്രിസ്തുവർഷം പതിമൂന്നാം നൂറ്റാണ്ടോടുകൂടി രൂപം കൊണ്ടതാണ് ഇന്ന് ലഭ്യമായ അഗ്നിപുരാണം എന്ന് ചരിത്ര പണ്ഡിതന്മാർ രേഖപ്പെടുത്തിയിട്ടുണ്ട്. വസിഷ്ഠമഹർഷിക്ക് അഗ്നിദേവൻ ഉപദേശിച്ചു കൊടുത്തതാണ് ഈ പുരാണം. രാമായണ-മഹാഭാരതങ്ങളെ ആശ്രയിച്ചു കൊണ്ടാണ് അഗ്നിപുരാണത്തിൽ ശ്രീരാമനെയും ശ്രീകൃഷ്ണനെയും വർണ്ണിച്ചിരിക്കുന്നത്. ഭൂമിയെയും പ്രപഞ്ചത്തെയും കുറിച്ച് ഈ പുരാണത്തിലെ വർണ്ണനകൾക്ക് വിഷ്ണു പുരാണവുമായി ഏറെ സാദൃശ്യമുണ്ട്. ശിവലിംഗങ്ങളെക്കുറിച്ചും ദുർഗ്ഗാഭഗവതിയെക്കുറിച്ചും വർണ്ണിക്കുന്ന ഒട്ടനവധി സന്ദർഭങ്ങൾ ഉള്ള അഗ്നിപുരാണത്തിൽ വ്യാകരണം, അലങ്കാരശാസ്ത്രം, സംഗീതം, മന്ത്രവാദം, ശില്പവിദ്യ, പലതരം ഔഷധങ്ങൾ എന്നിങ്ങനെ നാനാവിഷയങ്ങൾ വിവരിക്കപ്പെട്ടിട്ടുണ്ട്.

11. മത്സ്യപുരാണം : മഹാവിഷ്ണുവിന്റെ മത്സ്യാവതാരകഥയാണ് ആദ്യമായി ഈ പുരാണത്തിൽ വിവരിച്ചിരിക്കുന്നത്. മത്സ്യാവതാരമെടുത്ത മഹാവിഷ്ണു മനുവിന് ഉപദേശിക്കുന്ന രീതിയിലാണ് ഈ പുരാണത്തിന്റെ രചന. ഭാരതവർഷം, ഹരിവർഷം, കിംപുരുഷവർഷം, ജംബുദ്വീപം, വിവിധ പർവ്വതങ്ങൾ എന്നിങ്ങനെ നാനാവിഷയങ്ങൾ ഇതിൽ വിവരിക്കപ്പെട്ടിട്ടുണ്ട്. ജൈന-ബുദ്ധമതങ്ങളെക്കുറിച്ചും, ആന്ധ്രരാജവംശത്തെക്കുറിച്ചും നാട്യശാസ്ത്രത്തെക്കുറിച്ചും മത്സ്യപുരാണത്തിൽ സൂചനകൾ കാണാവുന്നതാണ്.

12. കൂർമ്മപുരാണം : വിഷ്ണുപുരാണത്തിന്റെ മറ്റൊരു പതിപ്പായി ഈ പുരാണത്തെ കണക്കാക്കാം. മത്സ്യാവതാരമൂർത്തിയായ മഹാവിഷ്ണു ഇന്ദ്രദ്യുമ്നന്റെ കഥ പറയുമ്പോൾ നൽകുന്ന ഉപദേശങ്ങളാണ് കൂർമ്മപുരാണത്തിൽ കാണുന്നത്. നാല് ഭാഗങ്ങളുണ്ടായിരുന്നു എന്ന് പറയപ്പെടുന്ന കൂർമ്മപുരാണത്തിന്റെ ബ്രഹ്മീസംഹിത എന്ന ഭാഗം മാത്രമാണ് കണ്ടു കിട്ടിയിട്ടുള്ളത്. നിരവധി നദികളെ കുറിച്ച് വിവരണങ്ങളടങ്ങുന്ന കൂർമ്മ പുരാണത്തിൽ ഈശ്വരഗീത, വ്യാസഗീത എന്നിവ കൂടി അടങ്ങിയിരിക്കുന്നു.

13. ബ്രാഹ്മപുരാണം : ആദിപുരാണം എന്ന പേരിൽ കൂടി അറിയപ്പെടുന്ന ഈ പുരാണം ബ്രഹ്മാവ് ദക്ഷന് നൽകുന്ന ഉപദേശരൂപത്തിലാണ് രചിക്കപ്പെട്ടിരിക്കുന്നത്. ഒറീസ്സയിലെ അതി പുരാതനമായ പുരുഷോ

ത്തമക്ഷേത്രത്തെക്കുറിച്ച് സവിശേഷമായ വർണ്ണന ബ്രഹ്മപുരാണ ത്തിന്റെ ഒരു പ്രത്യേകതയാണ്. ശിവനും സൂര്യനുമായുള്ള ബന്ധത്തെ പ്പറ്റി ഒരു പ്രത്യേക വർണ്ണനയും ഈ പുരാണത്തിലുണ്ട്. ജഗന്നാഥൻ, സൂര്യൻ, മഹാശിവൻ എന്നിവർക്കായി നിർമ്മിക്കപ്പെട്ട ക്ഷേത്രങ്ങളുടെ വിവരണവും ബ്രഹ്മപുരാണത്തിന്റെ ഉള്ളടക്കത്തിൽ പെടുന്നു.

14. ബ്രഹ്മാണ്ഡപുരാണം : ഈ പുരാണത്തിന്റെ സമ്പൂർണ്ണരൂപം നമുക്ക് ഇതുവരെയും ലഭ്യമായിട്ടില്ല. ലഭ്യമായ ഗ്രന്ഥത്തിൽ കുറേ മാഹാത്മ്യ വർണ്ണനകളാണ് കാണുന്നത്. വായുപുരാണത്തിലെ ഭൂമിശാസ്ത്രവിവ രണം ഏതാണ്ട് അതേപടി ഈ പുരാണത്തിൽ പകർത്തിയിട്ടുമുണ്ട്.

15. ബ്രഹ്മവൈവർത്തപുരാണം : ബ്രഹ്മം, പ്രകൃതി, ഗണേശം, കൃഷ്ണ ജന്മം എന്നിങ്ങനെ നാലു ഖണ്ഡങ്ങളിലായി ഈ പുരാണം വിഭജിക്ക പ്പെട്ടിരിക്കുന്നു. നാരദന് മനു ഉപദേശിച്ചുകൊടുത്ത രീതിയിലാണ് ബ്രഹ്മ വൈവർത്തപുരാണം രചിക്കപ്പെട്ടിരിക്കുന്നത്. രഥന്ധരന്റെ കഥ, വൃന്ദാ വനത്തിലെയും ഗോകുലത്തിലെയും കൃഷ്ണകഥകൾ എന്നിവയാണ് പ്രധാനമായും വർണ്ണിക്കപ്പെട്ടിരിക്കുന്നത്. ബ്രഹ്മാവിന്റെ രൂപാന്തര പ്രാപ്തി വൈവർത്തം- ആയാണ് പ്രപഞ്ചം രൂപം കൊണ്ടത് എന്ന് ഈ പുരാണം പറയുന്നു.

16. മാർക്കണ്ഡേയ പുരാണം : ക്രിസ്തുവർഷം ഒമ്പതാം നൂറ്റാണ്ടിൽ രചിക്കപ്പെട്ടതാവാം ഈ പുരാണമെന്ന് ചരിത്രകാരന്മാർ അഭിപ്രായപ്പെ ടുന്നു. മാർക്കണ്ഡേയൻ വിവരിക്കുന്ന രീതിയിലാണ് ഇതിലെ പ്രതി പാദനം. ശരിയുടെയും തെറ്റിന്റെയും രൂപത്തിൽ രണ്ടു പക്ഷികളെ പരി ചയപ്പെടുത്തിക്കൊണ്ടാണ് മാർക്കണ്ഡേയ പുരാണം ആരംഭിക്കുന്നത്. കുരുക്ഷേത്രത്തിൽ ജനിച്ച് വിന്ധ്യപർവ്വതത്തിൽ പാർക്കുന്ന ഈ പക്ഷി കളെ ദിവ്യസൃഷ്ടികളായാണ് സങ്കല്പിച്ചിരിക്കുന്നത്. സൂര്യൻ, അഗ്നി, ഇന്ദ്രൻ എന്നിവരെപ്പറ്റിയുള്ള പല കഥകളും ഈ പുരാണത്തിലുണ്ട്. ദേവീ മാഹാത്മ്യപ്രതിപാദനം ഈ പുരാണത്തിലെ മറ്റൊരു സവിശേഷ തയാണ്. വ്യാസമഹാഭാരതത്തിനോട് ഏറെ സമാനതകൾ ഉള്ള നിര വധി കഥാസന്ദർഭങ്ങളും മാർക്കണ്ഡേയ പുരാണത്തിൽ കാണാം.

17. ഭവിഷ്യപുരാണം : കലിയുഗത്തിലെ രാജവംശ പരമ്പരകളെപ്പറ്റി ആദ്യമായി വിവരിക്കുന്നു എന്ന ഒരു പ്രത്യേകത ഈ പുരാണത്തിനു

ണ്ട്. ഭാവികാലത്തെപ്പറ്റി പല പ്രവചനങ്ങളും അടങ്ങുന്ന ഭവിഷ്യപുരാണം സൂര്യൻ മനുവിന് പറഞ്ഞുകൊടുക്കുന്നരീതിയിലാണ് രചിക്കപ്പെട്ടിട്ടുള്ള ത്. തീർത്ഥാടനകേന്ദ്രങ്ങൾ, തീർത്ഥാടകരുടെ അവകാശങ്ങൾ, സൂര്യ-അഗ്നി-നാഗാരാധനകളുടെ വർണ്ണനകൾ എന്നിവയും ഈ പുരാണത്തി ലടങ്ങിയിരിക്കുന്നു. ഭൂമി ശാസ്ത്രത്തെക്കുറിച്ചും സൃഷ്ടിപ്രക്രിയയെക്കു റിച്ചും ഭവിഷ്യപുരാണത്തിലെ പ്രതിപാദനം മറ്റു പുരാണങ്ങളുടെ അതേ മാതൃകയിലാണ്.

18. വാമനപുരാണം : വരാഹപുരാണവുമായി ഏറെ സാദൃശ്യമുള്ള വാമ നപുരാണത്തിൽ മഹാവിഷ്ണുവിന്റെ പല അവതാരങ്ങളും വിവരിക്ക പ്പെട്ടിട്ടുണ്ട്. പ്രപഞ്ചോൽപ്പത്തി, ജനപഥ വിവരണം എന്നിവ, മറ്റുപുരാ ണങ്ങളിൽ എന്ന പോലെ ഈ പുരാണത്തിലുമുണ്ട്. ഉമാ-മഹേശ്വര വിവാ ഹരംഗവർണ്ണന വാമനപുരാണത്തിൽ കാണാം. ബദരികാശ്രമം, കേദാ രേശ്വരം, കുരുക്ഷേത്രം, ധാനേശ്വർ എന്നിവിടങ്ങളെക്കുറിച്ചുള്ള വർണ്ണ നകൾ വാമനപുരാണത്തിന്റെ പ്രത്യേകതകളായി കണക്കാക്കാം. ആന്ധ്രക്കാരെക്കുറിച്ചും തുലുക്കന്മാരെക്കുറിച്ചും ഏതാനും പരാമർശ ങ്ങൾ കൂടി വാമനപുരാണത്തിൽ കാണുന്നുണ്ട്.

ഈ പുരാണങ്ങൾ പാരായണം ചെയ്യപ്പെടേണ്ട രീതിയെക്കുറിച്ചും ഫല സിദ്ധിയെക്കുറിച്ചും പല വിധികളും വിശ്വാസങ്ങളും ഭാരതത്തിൽ നില നിന്നിരുന്നു. ഉദാഹരണത്തിന് വൈശാഖമാസത്തിലെ പൗർണ്ണമിദിവസം ബ്രാഹ്മണന് ബ്രഹ്മപുരാണദാനം സ്വർഗ്ഗലാഭസാധകമാണ്. ദാനത്തിന് അത്യുത്തമമാണ് സ്കന്ദപുരാണം തുടങ്ങിയ വിധികളും വിശ്വാസങ്ങളും നിലനിന്നിരുന്നു.

പതിനെട്ടു മഹാപുരാണങ്ങളുടെ പൊതുസ്വഭാവം മുൻപ് വിവരിച്ചു. പല കഥകളും പല പുരാണങ്ങളിലും ആവർത്തിക്കപ്പെടുന്നുണ്ട്. ക്ഷേത്ര വർണ്ണനം, തീർത്ഥമാഹാത്മ്യം, ദേവീ-ദേവസ്തുതികൾ, ക്ഷേത്രനിർമ്മാ ണം, ആരാധനാവിധികൾ, പിതൃകർമ്മങ്ങൾ, പരബ്രഹ്മതത്വം തുടങ്ങിയ നാനാവിഷയങ്ങൾ ഈ പതിനെട്ടു പുരാണങ്ങൾക്കകത്തും വിവരിച്ചു കാണാം.

അഗ്നിപുരാണത്തിലും ഗരുഡപുരാണത്തിലും പുതിയ കഥകൾ ഒന്നും തന്നെയില്ല. ഈ പുരാണങ്ങളിലെ കഥകൾ മറ്റു പുരാണങ്ങളിൽ കണ്ട കഥകളിലെ ആവർത്തനം മാത്രമാണ്. അതുകൊണ്ടാണ് ഈ പുരാണങ്ങളിലെ കഥകൾ ഒഴിവാക്കിയിട്ടുള്ളത്.

ശിവപുരാണം : ഉപപുരാണങ്ങളുടെ കൂട്ടത്തിലാണ് ചേർക്കപ്പെട്ടിട്ടുള്ളത്. എന്നാൽ മഹാശിവനുമായി ബന്ധപ്പെട്ട, മറ്റുപുരാണങ്ങളിൽ വർണ്ണിക്കപ്പെടാത്ത നിരവധി കഥകൾ ശിവപുരാണത്തിലുണ്ട്. ഈ കഥകൾ വായനക്കാർക്ക് അറിവേകുന്നവയും രസകരങ്ങളും ആയിരിക്കും എന്നു കരുതിക്കൊണ്ടാണ് പുരാണകഥകളുടെ ഈ സമാഹാരത്തിൽ ചേർത്തിട്ടുള്ളത്.

നമ്മുടെ സാംസ്കാരിക പൈതൃകത്തിൽ അനശ്വരനിക്ഷേപങ്ങളാണ് വേദങ്ങൾ തൊട്ട് സംസ്കൃതഭാഷയിലുണ്ടായിട്ടുള്ള ജ്ഞാനവിജ്ഞാന ശാഖകൾ. പുരാണങ്ങൾക്ക് ഈ വിജ്ഞാനശാഖകളിൽ അഗ്രിമസ്ഥാനവുമുണ്ട്. ഈ പുരാണങ്ങളിലെ രസനിഷ്യന്ദികളായ കഥകൾ നമ്മുടെ മാതൃഭാഷയിൽ ഇതാദ്യമായി ഒന്നിച്ചൊരിടത്ത് വായിക്കാൻ അവസരം ഒരുക്കുക എന്നതാണ് ഇത്തരമൊരു പ്രസിദ്ധീകരണത്തിന്റെ ലക്ഷ്യം. ഈ മഹായത്നത്തിൽ ഡോ. പാലനാട് വാസുദേവൻ നമ്പൂതിരി, ഡോ. പി. മനോഹരൻ, ശ്രീമതി കെ.എച്ച്. ഉഷപ്രഭ, ഡോ. സി.കെ. മോഹനൻ, ഡോ. ടി.ടി. തുളസി എന്നിവർ അവരുടെ കൃത്യാന്തരങ്ങൾക്കിടയിലും ആത്മാർത്ഥമായി സഹകരിച്ചവരാണ്. ആ സഹകരണമാണ് പുരാണകഥാസമാഹരണത്തിന് താങ്ങായി തീർന്നത്.

ഈ മഹായജ്ഞത്തിൽ എന്നെ സഹായിച്ച ഓരോരുത്തർക്കും ഔപചാരികമല്ലാത്ത കൃതജ്ഞത ഇവിടെ രേഖപ്പെടുത്തുകയാണ്. ഈ പുരാണകഥകൾ കഥാകുതുകികൾക്കും, ഭാഷാസ്നേഹികൾക്കും, നമ്മുടെ ഭാഷക്കും ഒരു മുതൽക്കൂട്ടായി തീരുമെന്ന് പ്രത്യാശിക്കുന്നു.

ബ്രഹ്മപുരാണകഥകൾ

ഡോ. സി.കെ.മോഹനൻ

കഥകൾ

ദേവാസുരോത്പത്തി

ദേവന്മാരുടെയും, ദാനവന്മാരുടെയും, ഗന്ധർവന്മാരുടെയും, നാഗങ്ങളുടേയം, രാക്ഷസന്മാരുടേയും മഹാത്മാവായ ദക്ഷപ്രജാപതിയുടേയും ഉത്പത്തി കഥയാണ് ആദ്യം പറയുന്നത്.

അതിമനോഹരമായ ഒരു തപോവനമായിരുന്നു നൈമിഷാരണ്യം. പന്ത്രണ്ട്‌വർഷം നീണ്ടുനിൽക്കുന്ന ഒരു മഹായാഗത്തിനായി മുനിമാരും ബ്രാഹ്മണശ്രേഷ്ഠരുമെല്ലാം എത്തിച്ചേർന്നു. മുനിമാർ അതിഥികളെയെല്ലാം യഥാവിധി സൽക്കരിച്ചു. ഋത്വിക്കുകളോടൊപ്പം അവരെല്ലാം ഒരുമിച്ചിരുന്നു. അപ്പോഴാണ് മഹാബുദ്ധിമാനായ സൂതൻ രോമഹർഷണൻ അവിടേക്ക് കടന്നുവന്നത്.

അദ്ദേഹത്തെ എല്ലാവരും അഭിവാദ്യം ചെയ്തു. ശ്രേഷ്ഠാസനത്തിലിരുന്നുകൊണ്ട് രോമഹർഷണൻ സഭാവാസികളുമായി കുശലാന്വേഷണം നടത്തി. അനന്തരം മുനിമാർ സൂതനോട് ചോദിച്ചു. "ഹേ! മഹാമതേ താങ്കൾ സർവജ്ഞനാണ്. സർവചരാചരങ്ങളുമടങ്ങിയ ഈ ജഗത് സംബന്ധിച്ച് സർവകാര്യങ്ങളും അറിയണമായിരുന്നു. പറഞ്ഞുതന്നാലും." തൃമൂർത്തികളെയും മഹാഗുരുക്കന്മാരേയും പ്രണമിച്ച് സൂതൻ പറഞ്ഞുതുടങ്ങി. ബ്രഹ്മാവ് മുൻപ് ദക്ഷനും ശ്രേഷ്ഠമുനിമാർക്കും ഉപദേശിച്ച ആ കഥ നിങ്ങൾക്കായി ഞാൻ പറയാം. എല്ലാത്തിനും മൂലകാരണം സദസദാത്മകമായ അവ്യക്തവും നിത്യവുമായ അക്ഷയചൈതന്യമാണ്. അർത്ഥസമ്പന്നവും പാപമോചകവും വേദപരാമൃഷ്ടവുമായ ഈ വിചിത്ര കഥ സർവഥാ സംപൂജ്യമാണ്. അക്ഷയചൈതന്യത്തിൽ നിന്ന് ഈശ്വരൻ -പുരുഷൻ വിശ്വത്തെ സൃഷ്ടിച്ചു. അദ്ദേഹത്തെ ബ്രഹ്മാവെന്നറിയുക. സർവഭൂതസ്രഷ്ടാവും അനശ്വരനും നിത്യസ്വരൂപിയുമായ ബ്രഹ്മത്തിൽനിന്ന് മഹത്തും മഹത്തിൽനിന്ന് സർവഭൂതങ്ങളും സർവ്വഭൂതങ്ങളിൽ നിന്ന് ജീവജാലങ്ങളും ജന്മമെടുത്തു. സ്വയംഭൂവായ ബ്രഹ്മാവ് ആദ്യം ജലം സൃഷ്ടിച്ചു. അതിൽ വീര്യം നിറച്ചു. സ്വർഗവും ഭൂമിയും ആകാശവും സൃഷ്ടിച്ചു. കാലവും

മനസ്സും വാക്കും സ്നേഹവും കാമവും ക്രോധവും സന്തോഷവുമെല്ലാം സൃഷ്ടിച്ചു.

മരീചി, അത്രി, അംഗിരസ്, പുലസ്ത്യൻ, പുലയൻ ക്രതു, വസിഷ്ഠൻ എന്നീ മാനസപുത്രന്മാരെ സൃഷ്ടിച്ച് ഇവർ 'ഏഴു ബ്രഹ്മാക്കൾ' എന്നറിയപ്പെട്ടു. തുടർന്ന് ക്രോധത്തിൽനിന്ന് രുദ്രനെ സൃഷ്ടിച്ചു. ഏഴ് ബ്രഹ്മന്മാരിൽനിന്ന് ഏഴ് വലിയ വംശങ്ങളുണ്ടായി. യാഗാദികൾക്കായ് ഋക്, യജുസ്, സാമം എന്നീ വേദങ്ങളും സൃഷ്ടിച്ചു. ബ്രഹ്മശരീരത്തിൽ നിന്ന് ചെറുതും വലുതുമായ ജീവജാലങ്ങൾ ജന്മമെടുത്തു. പ്രജാപതി തന്റെ ശരീരത്തെ രണ്ടായി പകുത്തു. ഒരു പകുതി പുരുഷനും മറുപകുതി സ്ത്രീയുമായിത്തീർന്നു. ആ സ്ത്രീയിൽ നിന്നും പലവിധത്തിലുള്ള പ്രജകളെ സൃഷ്ടിച്ചു.

വൈരാജപ്രജാപതിയുടെ പുത്രിയായ 'നഡ്വല'യിൽ മനുവിന് മഹാതേജസ്വികളായ പത്ത് പുത്രന്മാർ ജനിച്ചു. അവരിൽ ഒരു പുത്രൻ പുരുവായിരുന്നു. പുരുവിൽ ആഗ്നേയിക്ക് ആറുപുത്രന്മാർ. അവരിലൊരാൾ അംഗൻ. അംഗനിൽ സുനിതക്ക് വേനൻ എന്ന പുത്രൻ. വേനൻ മഹാ ദുർന്നടപ്പുകാരനായിരുന്നു. എന്നാൽ വേനന് ഉത്തമനായ ഒരു പുത്രനെ ജനിപ്പിക്കാൻ ഋഷിമാർ തീരുമാനിച്ചു. അവർ വേനന്റെ വലതു കൈകടഞ്ഞു അപ്പോൾ ഒരു മഹാനായ നൃപൻ ജനിച്ചു. അതുകണ്ടുമുനിമാർ ഇപ്രകാരം പറഞ്ഞു. ഇവൻ പ്രജകളെ സന്തോഷിപ്പിക്കും. വലിയ തേജസ്സും കീർത്തിയും സമ്പാദിക്കും. ഇവൻ അഗ്നിപോലെ ജ്വലിക്കും. വേനപുത്രനായ പൃഥു ഭൂമിയെ രക്ഷിച്ചു; രാജസൂയ യാഗത്തോടെ അഭിഷേകം ചെയ്യപ്പെട്ട ആദ്യ ക്ഷത്രിയ ചക്രവർത്തിയായിത്തീർന്നു. പൃഥുവിന് ധർമിഷ്ഠരായ രണ്ട് പുത്രന്മാരുണ്ടായി. അന്തർദ്ധാനൻ എന്ന പുത്രന് ശിഖണ്ഡിനിയിൽ ഹവിർദ്ധാനനുണ്ടായി. ഹവിർദ്ധനന് ധിഷണയിൽ ആറ് പുത്രന്മാർ. അവരിലൊരു പുത്രൻ പ്രാചീന ബർഹിസ് മഹാനായ പ്രജാപതിയായിരുന്നു. പ്രാചീനബർഹിസിന് സവർണയിൽ പത്ത് പുത്രന്മാരുണ്ടായി. അവരെ പ്രാചേതസ്സുകൾ എന്നുവിളിക്കപ്പെട്ടു. അവർ ഒന്നിച്ചു ധർമാനുഷ്ഠാനം നടത്തി. പതിനായിരം വർഷക്കാലം സമുദ്രത്തിലെ ജലത്തിൽ മുങ്ങിക്കിടന്ന് കഠിനതപം ചെയ്തു. ഭൂമിയെ പാലിക്കാൻ ആളില്ലാതെ വന്നു; പ്രജാക്ഷയം സംഭവിച്ചു. വൃക്ഷങ്ങൾ ഭൂമിക്കുചുറ്റും വളർന്ന് കാടുപിടിച്ചു. വൃക്ഷങ്ങൾ ഇടതൂർന്ന് വളർന്നതിനാൽ കാറ്റുകൾക്ക് വീശാനായില്ല. തപ

സ്സിൽ മുഴുകിയ പ്രാചേതസ്സുകൾ ഇതറിഞ്ഞ് കോപിഷ്ഠരായി. വായിൽനിന്ന് കാറ്റും അഗ്നിയും പുറത്തേക്കു പ്രവഹിപ്പിച്ചു. കാറ്റ് വൃക്ഷങ്ങളെ കടപുഴക്കി. അഗ്നി അവയെ കത്തിച്ച് ചാമ്പലാക്കി.

സോമൻ പ്രാചേതസ്സുകളെ സമീപിച്ച് ഇങ്ങനെ പറഞ്ഞു. നിങ്ങളുടെ കോപം ശമിപ്പിച്ചാലും കാടിന്റെ പുത്രിയായ 'മാരിഷ' എന്ന സുന്ദരിയായ പെൺകുട്ടി നിങ്ങളുടെ പത്നിയായിത്തീരും. സോമവംശം വർദ്ധിപ്പിക്കുന്ന ഇവൾക്ക് പണ്ഡിതനായ ദക്ഷാപ്രജാപതി ജന്മമെടുക്കും. സോമന്റെ നിർദ്ദേശമനുസരിച്ച് പ്രാചേതസ്സുകൾ കോപം ശമിപ്പിച്ചു. മാരിഷയെ വിധിയാംവണ്ണം പത്നിയായി സ്വീകരിച്ചു. സോമന്റെ അംശത്തോടെ പ്രാചേതസ്സുകൾക്ക് മാരിഷയിൽ മഹാതേജസ്വിയായ ദക്ഷപ്രജാപതി ജനിച്ചു.

ആ ദക്ഷൻ സ്ഥാവരജംഗമ വസ്തുക്കളെ സൃഷ്ടിച്ച് ഇരുകാലികളെയും നാൽക്കാലികളെയും സൃഷ്ടിച്ചതിനുശേഷം സ്ത്രീകളെ സൃഷ്ടിച്ചു. ദക്ഷപ്രജാപതി തന്റെ പത്തുപെൺമക്കളെ ധർമനും പതിമൂന്ന് പേരെ കശ്യപനും ബാക്കി ഇരുപത്തിയേഴു നക്ഷത്രങ്ങളുടെ പേരും വെച്ച് സോമന് നൽകി. അവരിൽനിന്നു ദേവന്മാരും പക്ഷികളും പാമ്പുകളും ദൈത്യന്മാരും മാനവന്മാരും ഗന്ധർവന്മാരും അപ്സരസ്സുകളും മറ്റു ജാതിക്കാരായ ജനങ്ങളും ജനിച്ചു.

പൃഥുചരിതം

യമപുത്രിയായ സുനിതയിൽ അംഗനെന്ന് പേരോടുകൂടിയ പ്രജാപതിക്ക് വേനൻ എന്നൊരു പുത്രനുണ്ടായി. ധർമത്തിൽ നിന്നും പുറംതിരിഞ്ഞ് അതിമോഹത്തിലും ചതിയിലും താല്പര്യമെടുത്ത അദ്ദേഹം പാരമ്പര്യഅനുഷ്ഠാനങ്ങളെല്ലാം തെറ്റിച്ചു. വേദനിയമങ്ങളും സമ്പ്രദായങ്ങളും മറികടന്നു. പ്രജകൾക്ക് വേദം പഠിക്കാനായില്ല. യാഗാനുഷ്ഠാനവും സോമപാനവും നടന്നില്ല.

അനാശാസ്യമായ പെരുമാറ്റം കണ്ടപ്പോൾ മരീചിയും മറ്റു മഹർഷിമാരും അവനോട് പറഞ്ഞു. "അല്ലയോ വേനാ, ഇങ്ങനെയൊരു പാപം നീ ചെയ്യരുത്. നീ അതിവംശജനാണ്." ഞാൻ പ്രജകളെ രക്ഷിച്ചുകൊള്ളാം എന്ന വലിയൊരു ഉടമ്പടിക്ക് അധീനനാണ് നീ

ദോഷം മാത്രം അറിയുന്ന അധർമ്മിയായ വേനൻ മഹർഷിമാരുടെ നിർദേശങ്ങളെ അപഹസിക്കുകയും എതിരായി പ്രവർത്തിക്കുകയും ചെയ്തു. മോഹവലയത്തിൽപ്പെട്ട അയാളെ ഈ ധാർഷ്ട്യത്തിൽ നിന്ന് പിന്തിരിപ്പിക്കാൻ കഴിയാതെ വന്നപ്പോൾ മുനിമാർ കുപിതരായി. കോപംകൊണ്ട് കലിതുള്ളി നിൽക്കുന്ന അയാളെ പിടിച്ച് അവർ അയാളുടെ ഇടതുതുട കടഞ്ഞു. അതിൽ നിന്നുത്ഭവിച്ച തുഷാരന്മാരും ഇന്തുരന്മാരും വിന്ധ്യപർവതത്തിൽ അവരുടെ സ്ഥാനം കണ്ടു പിടിക്കുകയും പാപകർമങ്ങളിൽ ഏർപ്പെടുകയും ചെയ്തു.

പരിഭ്രാന്തരായ മഹർഷിമാർ അയാളുടെ വലത്തെ കൈ അരണി കടയുംപോലെ കടഞ്ഞു. അഗ്നിയെപ്പോലെ ജ്വലിച്ചിരുന്ന പൃഥു ആ കൈയിൽ നിന്നുണ്ടായതാണ്. ഗംഭീര ഞാണൊലി മുഴക്കുന്ന അജഗവം എന്നൊരു വില്ലും കുറെ ദിവ്യാസ്ത്രങ്ങളും അയാളുടെ കൈയിലുണ്ടായിരുന്നു. മാത്രമല്ല സ്വയംരക്ഷയ്ക്ക് വേണ്ടി അതിതേജസ്സുള്ള ഒരു പോർച്ചട്ടയും ധരിച്ചിരുന്നു. ഈ ജനനത്തിൽ ജീവജാലങ്ങൾ ഏറെ സന്തോഷിച്ചു. ശ്രേഷ്ഠനും ധർമിഷ്ഠനുമായ

ഈ പുത്രനാൽ പുരുഷവ്യാഘ്രമായ വേനൻ 'പും' എന്ന നരകത്തിൽ നിന്ന് രക്ഷിക്കപ്പെട്ട് സ്വർഗത്തിലെത്തിച്ചേർന്നു.

സമുദ്രങ്ങളും നദികളും അദ്ദേഹത്തിന് രത്നങ്ങളും അഭിഷേകജലവും സമ്മാനിച്ചു. ബ്രഹ്മദേവൻ ദേവന്മാരോടും അംഗിരസ്സുകളോടും കൂടി അവിടെയെത്തി. എല്ലാ ജീവജാലങ്ങളും അവിടെ സന്നിഹിതരായി. പൃഥുവിന്റെ മേൽ ജലം വർഷിച്ചു. അതിതേജസ്വിയും മഹാപരാക്രമിയുമായ പൃഥുവിനെ യഥാവിധി ചക്രവർത്തിയായി അഭിഷേകം ചെയ്തു.

പിതാവ് സന്തുഷ്ടരാക്കാതിരുന്ന പ്രജകളെ രഞ്ജിപ്പിച്ചതിനാൽ ഇദ്ദേഹത്തിന് രാജാവെന്ന പേരും ഉണ്ടായി. സമുദ്രത്തിനെതിരെ പടയെടുത്തപ്പോൾ സമുദ്രം സ്തംഭിച്ചുനിന്നു. പർവ്വതങ്ങൾ വഴിമാറിക്കൊടുത്തു. അദ്ദേഹത്തിന്റെ വിജയപതാക ഉയരങ്ങളിൽ പറന്നു കൊണ്ടിരുന്നു. ഉഴാതെതന്നെ ഭൂമി വലിയ വിളവ് നൽകി. വിചാരിച്ചമാത്രയിൽ അന്നം ലഭിച്ചുതുടങ്ങി. കാമധേനുക്കൾ ഓരോ ഇലക്കുമ്പിളിലും മാധുര്യമേറിയ പാൽച്ചുരത്തി. സ്തുതിപാഠകരായ സൂതനും മാഗധനും പൃഥുവിനെ സ്തുതിക്കുവാൻ നിർബന്ധിതരായി. ദേവന്മാരെയും മഹർഷിമാരേയും മാത്രമായിരുന്നു അക്കാലംവരെയും അവർ സ്തുതിച്ചിരുന്നത്. വീരശൂരപരാക്രമിയായ പൃഥു മൂന്നുലോകത്തും അനുഷ്ഠിക്കുവാനിരിക്കുന്ന ചെയ്തികളെ അവർ അനുഗ്രഹാശിസ്സുകളോടെ വിളംബരപ്പെടുത്തി. പ്രജകൾ അത്യാഹ്ലാദത്തിലായി. "ഈ രാജാവ് നിങ്ങളുടെ ജീവിതവൃത്തിക്കുവേണ്ടത് നൽകും." എന്നു പണ്ഡിതന്മാർ വാക്കുകൊടുത്തു. 'വാക്കനുസരിച്ച് ഞങ്ങളുടെ ജീവിതവൃത്തിക്കുവേണ്ടത് തന്നാലും' പ്രജകൾ അഭ്യർത്ഥിച്ചു. പ്രജാഹിതം നിറവേറ്റാൻ ഭൂമിയോട് കൽപ്പിച്ചു. ഭയന്ന് വിറച്ച ഭൂമി പശുവിന്റെ രൂപം ധരിച്ച് ഓടാൻ തുടങ്ങി. അമ്പും വില്ലുമെടുത്ത് രാജാവ് പിറകേയും. ഭൂലോകവും ബ്രഹ്മലോകവും ചുറ്റിയ അവൾ തന്റെ മുമ്പിൽ അമ്പെയ്യാൻ വില്ലുകുലച്ചു നിൽക്കുന്ന പൃഥുവിനോട് തൊഴുതുകൊണ്ട് പറഞ്ഞു. "അല്ലയോ ഭൂലോക രക്ഷിതാവേ, ഞാൻ താങ്കൾക്ക് അനുകൂലയാണ്. കോപമടക്കിയാലും സ്ത്രീകളെ വധിക്കുന്നത് മഹാപരാധമാണ്. ധർമം തെറ്റിക്കുന്നത് താങ്കൾക്കു ഭൂഷണമാണോ?"

രാജാവ് കോപമടക്കി ഭൂമിയോടു പറഞ്ഞു. " എന്റെ വാക്കിന് വില കൽപ്പിച്ച് ജനങ്ങളെ രക്ഷിച്ചാലും. അവരെ കാത്തുരക്ഷിക്കാൻ

അവർക്കു വേണ്ടതെന്തും നൽകാൻ കഴിവുള്ളവളാണ് നീ. എനിക്കു കീഴടങ്ങി എന്റെ പുത്രിയായാലും." എന്റെ ശരങ്ങളെ ഞാൻ പിൻവലിക്കാം.

ഭൂമി പറഞ്ഞു : "ഒരു സംശയവും വേണ്ട. ഞാനങ്ങയെ അനുസരിക്കാം. എന്നെ സമനിരപ്പാർന്നവളാക്കിയാൽ എന്നിൽ നിന്നൊഴുകുന്ന പാൽ എല്ലായിടത്തും വ്യാപിക്കും. മുൻസൃഷ്ടിയിൽ ഭൂമിയുടെ ഉപരിതലം സമമല്ലാത്തതിനാൽ ഗ്രാമനഗരങ്ങൾക്ക് അതിർത്തി നിശ്ചയിച്ചിരുന്നില്ല. ചെടികൾ നട്ടുവളർത്തിയില്ല. കന്നുകാലി വളർത്തലോ കൃഷിയോ ഉണ്ടായിരുന്നില്ല. സത്യത്തിന്റെയും അസത്യത്തിന്റെയും പ്രശ്നമുണ്ടായിരുന്നില്ല.

വേനപുത്രനായ പൃഥുവിന്റെ കാലത്താണ് പുതിയഭൂമി ഉണ്ടാവുന്നത്. എവിടെയെല്ലാം ഭൂമി നിരപ്പായിരിക്കുന്നുവോ അവിടെയെല്ലാം പ്രജകൾ ആവാസമാരംഭിച്ചു. വേന പുത്രനായ പൃഥു സ്വന്തം കൈകൊണ്ട് ഭൂമിയെ കറന്ന പ്രജകൾ അവൾ നൽകിയ അന്നം കൊണ്ട് കഴിഞ്ഞു. മഹർഷിമാർ ദേവന്മാർ, പിതൃക്കൾ, നാഗങ്ങൾ, അസുരന്മാർ, യക്ഷന്മാർ, രാക്ഷസർ, ഗന്ധർവന്മാർ, വൃക്ഷങ്ങൾ എന്നിങ്ങനെ ഏവർക്കും വേണ്ടത് കറന്നെടുക്കാൻ കഴിഞ്ഞു. ഭൂമി എല്ലാം ആഗ്രഹങ്ങളും സഫലമാക്കുന്നവളും സകലചരാചരങ്ങൾക്കും ആശ്രയമരുളുന്നവളുമായി പ്രശോഭിച്ചു. പൃഥുവിന്റെ പുത്രിയായതിൽ ഭൂമി അതിരറ്റ് സന്തോഷിച്ചു. അതുകൊണ്ട് തന്നെ അവൾ പൃഥ്വി എന്ന് അറിയപ്പെട്ടു.

അശ്വിനീകുമാരന്മാർ

ത്വഷ്ടാവിന്റെ പുത്രിയായിരുന്നു സൗമ്യയും സുന്ദരിയുമായ സംജ്ഞ. ഭഗവാൻ മാർത്താണ്ഡന്റെ പത്നിയായ സംജ്ഞ; മൂന്നു ലോകത്തും സുരേശ്വരി എന്നറിയപ്പെട്ടു. തപസ്സിദ്ധി കൈവരിച്ചി രുന്ന അവൾ തപോബലം കൊണ്ട് ജ്വലിച്ചിരുന്നു. അവളുടെ ഭർത്താ വിന്റെ നിറത്തിൽ അവൾ സംതൃപ്തയായിരുന്നില്ല.

സ്വന്തം തേജോമണ്ഡലത്താൽ ആദിത്യന്റെ അവയവങ്ങൾ കത്തിക്കരിഞ്ഞിരുന്നു. ഒരിക്കൽ പിതൃവാത്സല്യത്താൽ കശ്യപൻ അറിയാതെ പറഞ്ഞുപോയി. "ഇവൻ മൃതമായ അണ്ഡമുള്ളവ നല്ല" എന്ന്. ഈ കാരണത്താൽ ആദിത്യൻ മാർത്താണ്ഡൻ എന്നു വിളിക്കപ്പെട്ടു. ആദിത്യന് സംജ്ഞയിൽ ഒരു പെൺകുട്ടിയും രണ്ടു പ്രജാപതികളും ഉണ്ടായി. ആദ്യം ശ്രാദ്ധദേവൻ എന്നറിയപ്പെട്ടി രുന്ന പ്രജാപതിയായ വൈവസ്വതമനു ജനിച്ചു. പിന്നീട് യമനും യമിയും ഇരട്ടകളായി ജനിച്ചു.

ഭർത്താവിന്റെ കറുപ്പുനിറത്തിൽ സംജ്ഞയുടെ മനസ്സ് വല്ലാതെ അസ്വസ്ഥമായിരുന്നു. അവൾ തപോബലത്താൽ 'സവർണ' എന്ന റിയപ്പെടുന്ന അവളുടെ തന്നെ നിഴലിനെ സൃഷ്ടിച്ചു. യഥാർത്ഥ സംജ്ഞയുടെ നിഴലിൽനിന്നുണ്ടായ ആ മായാസംജ്ഞ, സംജ്ഞ യുടെ ആശ്രിതയായി. സംജ്ഞയെ വണങ്ങിക്കൊണ്ട് അവൾ പറ ഞ്ഞു. "ഞാൻ നിങ്ങൾക്ക് എന്തു ചെയ്യണം? അങ്ങയുടെ കൽപ്പന ക്കായി കാത്തിരിക്കുന്നു അരുളിച്ചെയ്താലും."

സംജ്ഞ പറഞ്ഞു. "ഞാൻ എന്റെ അച്ഛന്റെ ഗൃഹത്തിലേക്ക് പോവുന്നു. ശങ്ക കൂടാതെ സന്തോഷത്തോടെ നിനക്ക് എന്റെ ഗൃഹ ത്തിൽ താമസിക്കാം. എന്റെ ഈ രണ്ടു പുത്രന്മാരെയും സുന്ദരി യായ പുത്രിയെയും നീ പരിപാലിച്ചുകൊള്ളണം. ഒരിക്കലും ഈ രഹസ്യം നമ്മുടെ നാഥൻ അറിയാൻ ഇടവരരുത്."

സവർണ പറഞ്ഞു. "ഹേ സൗമ്യേ, മുടിയിൽ വലിച്ചിഴക്കുന്നവ രേയും ശാപം കൊണ്ട് ഭീഷണിപ്പെടുത്തുന്നതുവരേയും ഞാനീ

രഹസ്യം പുറത്തുവിടില്ല. ഭവതിക്കു മനസ്സമാധാനത്തോടെ പോകാം."

സവർണയെ പുകഴ്ത്തി അവളുടെ വാക്കിലുള്ള വിശ്വാസത്താൽ 'അങ്ങനെയാകട്ടെ' എന്നുപറഞ്ഞ് സംജ്ഞ ദയനീയാവസ്ഥയിൽ സ്വപിതാവിന്റെ ഗൃഹത്തിലേക്കു പോയി. തലകുനിച്ചുനിന്ന മകളോട് നിന്റെ ഭർത്താവിന്റെ സമീപത്തേക്കു മടങ്ങൂ എന്ന് അച്ഛൻ വീണ്ടും വീണ്ടും നിർദ്ദേശിച്ചു. ഒരു പെൺകുതിരയുടെ രൂപമെടുത്ത് സ്വന്തം സൗന്ദര്യം മറച്ചുവെച്ച് അവൾ വടക്കൻകുരുദേശത്തേയ്ക്ക് മേഞ്ഞുനടന്നു.

സവർണയെ സംജ്ഞയായി തെറ്റിദ്ധരിച്ച് ആദിത്യൻ അവളിൽ ഒരു പുത്രനെ നേടി. മൂത്ത സഹോദരനായ മനുവിനെ കിടപിടിക്കുന്നതിനാൽ ഇവനും മനു എന്നുതന്നെ പേരിട്ടു. എന്നാൽ അവൻ സവർണൻ എന്നാണ് വിളിക്കപ്പെട്ടത്. അവളിലുണ്ടായ രണ്ടാമത്തെ പുത്രൻ ശനൈശ്ചരൻ എന്നറിയപ്പെട്ടു. ഭൂമിയിലെ സാധാരണ സ്ത്രീകളെപോലെ അവളുടെ മക്കളെ കൂടുതൽ സ്നേഹിച്ചു. ഇഷ്ടം മൂത്തവരുടെ നേരെ കാട്ടിയില്ല. സ്നേഹക്കുറവ് മനു ക്ഷമിച്ചെങ്കിലും യമന് സഹിക്കാനായില്ല.

ഒരു ദുർബലനിമിഷത്തിൽ യമൻ അവളെ ചവിട്ടുവാൻ കാലുയർത്തി ഭയപ്പെടുത്തി. അത്യധികം ദുഃഖിതയായ അവൾ യമനെ ശപിച്ചു. "നിന്റെ ഈ കാല് താഴേക്ക് വീഴട്ടെ."

ശാപത്താൽ ഭീതനായ യമൻ വിവരമെല്ലാം അച്ഛനെ ധരിപ്പിച്ചു. "ഒരു മാതാവ് എല്ലാ മക്കളോടും തുല്യസ്നേഹമുള്ളവളായിരിക്കണം. ഞാൻ കാല് ഉയർത്തിയത് നേരാണ്. എന്നാൽ മാതാവിനെ സ്പർശിച്ചിട്ടില്ല. എന്റെ മതിഭ്രമത്തിൽ സംഭവിച്ച ഈ കുറ്റത്തിന് മാപ്പ് തരണം. മാതാവിനാൽ ശപിക്കപ്പെട്ട എന്റെ നിസ്സഹായത അങ്ങ് മനസ്സിലാക്കാണം."

ആദിത്യൻ പറഞ്ഞു. "ഈ കാര്യത്തിൽ അല്ലയോ പുത്രാ നിന്നെ പ്രകോപിതനാക്കുവാൻ തീർച്ചയായും ഒരു കാരണമുണ്ട്. എന്തെന്നാൽ നീ ധർമ്മത്തിൽ ഉറച്ചു നിൽക്കുന്നവനും സത്യം മാത്രം പറയുന്നവനുമാണ്. നിന്റെ മാതാവിന്റെ വാക്കുകൾ പാഴാകുവാൻ നിവൃത്തിയില്ല. കീടങ്ങൾ നിന്റെ കാലിലെ മാംസം അപഹരിക്കുകയും അതറ്റ് താഴേക്കു വീഴുകയും ചെയ്യും.

നിന്റെ അമ്മയുടെ വാക്കുകൾ സത്യമാവുകയും നീ ശാപത്തിന്റെ

തീവ്രഫലത്തിൽ നിന്നും രക്ഷപ്പെടുകയും ചെയ്യും.

ആദിത്യൻ സംജ്ഞയോടു പറഞ്ഞു. എല്ലാമകളും സമവായിരിക്കെ എങ്ങനെ ഒരുവനോടു കൂടുതൽ വാത്സല്യം പ്രകടിപ്പിക്കാൻ കഴിയും? നേരെയുള്ള ഒരു മറുപടി അവളിൽ നിന്നു കിട്ടിയില്ല. അദ്ദേഹം ധ്യാനത്തിലിരുന്ന് യോഗശക്തിയാൽ സത്യം കണ്ടുപിടിച്ചു. ആദിത്യഭഗവാൻ അവളെ ശപിക്കാൻ മുതിർന്നപ്പോൾ മുമ്പ് സംഭവിച്ചതൊക്കെയും വെളിപ്പെടുത്തി. അതുകേട്ട് മാർത്താണ്ഡൻ ത്വഷ്ടാവിന്റെ നേർക്കടുത്തു. സൂര്യൻ ചുട്ടെരിക്കുമെന്നായപ്പോൾ ത്വഷ്ടാവ് പറഞ്ഞു.

'തീവ്രപ്രഭയാൽ കത്തിക്കരിഞ്ഞ ഭവാന്റെ നിറം ഒട്ടും ആകർഷകമായിരുന്നില്ല. അതുകൊണ്ടുതന്നെ സംജ്ഞയ്ക്കത് സഹിക്കാൻ കഴിഞ്ഞില്ല. അവളിപ്പോൾ വനത്തിലെ പുൽമേട്ടിൽ കുതിരയുടെ രൂപത്തിൽ മേഞ്ഞുനടക്കുന്നുണ്ട്. അല്ലയോ കിരണങ്ങളുടെ നാഥാ! അവളെ നിങ്ങൾക്കിപ്പോൾ യോഗശക്തിയാൽ കാണാനാവും. താങ്കൾക്ക് സമ്മതമാണെങ്കിൽ ഞാൻ നിറം അനുകൂലമാക്കിമാറ്റാം. ആദിത്യൻ അനുകൂലിച്ചു. ത്വഷ്ടാവ് അദ്ദേഹത്തെ രൂപസൗഷ്ടവയന്ത്രത്തിൽ കയറ്റി തേച്ചുമിനുക്കി നിറം തിളങ്ങുന്നതാക്കിത്തീർത്തു.

അപ്പോൾ നല്ലപോലെ കോർത്തിണക്കിയ പ്രകാശധാരയാൽ മാർത്താണ്ഡൻ പൂർവ്വാധികം ശോഭിച്ചു. അയാൾ യോഗശക്തികൊണ്ട് കുതിരയുടെ രൂപം ധരിച്ച, തന്റെ പത്നിയെക്കണ്ടു. അവളുടെ ധർമാനുഷ്ഠാനങ്ങളാലും പ്രഭയാലും ജീവജാലങ്ങൾക്കൊന്നും അവളെ ഭയപ്പെടുത്താൻ കഴിഞ്ഞിരുന്നില്ല.

ഭഗവാൻ കുതിരയുടെ രൂപം ധരിച്ച്, പെൺകുതിരയായി ഭയലേശമന്യേ മേഞ്ഞുനടന്നിരുന്ന അവളോടൊപ്പം ചേർന്നു. ഈ സഹവാസത്തിൽ അവർക്ക് രണ്ടുപുത്രന്മാരുണ്ടായി. പിന്നീട് വൈദ്യരായിത്തീർന്ന അശ്വനീകുമാരന്മാരാണ് അവർ. ഭാസ്കരൻ തന്റെ ആകർഷകരൂപം വെളിപ്പെടുത്തി. ഭർത്താവിനെ കണ്ടപ്പോൾ അവൾ വളരെയധികം സന്തോഷിച്ചു.

സത്യവ്രതൻ ത്രിശങ്കുവായ കഥ

പണ്ഡിതനായ ത്രയ്യാരുണൻ ത്രിധന്വരാജാവിന്റെ പുത്രനും ശൂരരാജകുമാരനായ സത്യവ്രതൻ അദ്ദേഹത്തിന്റെ പുത്രനുമായിരുന്നു. സത്യവ്രതൻ വിവാഹമന്ത്രങ്ങൾക്ക് തടസ്സം ഉണ്ടാക്കുകയും മറ്റുള്ളവരുടെ ഭാര്യമാരെ അപഹരിക്കുകയും ചെയ്തിരുന്നു. മോഹം കൊണ്ടോ സാഹസികതകൊണ്ടോ, വിവരക്കേടുകൊണ്ടോ എന്തു കൊണ്ടായാലും അയാൾ കാമാർത്തനായി നഗരവാസികളുടെ സ്ത്രീകളെ തട്ടിക്കൊണ്ടുപോവുമായിരുന്നു.

ത്രയ്യാരുണൻ അവന്റെ ദുഷ്ചെയ്തികളിൽ സഹികെട്ട് പലതവണ അവനെ ദുഷ്ടനെന്ന് വിളിക്കുകയും ഒടുവിൽ രാജ്യഭ്രഷ്ടനാക്കുകയും ചെയ്തു. "ഇനി താനെങ്ങോട്ട് പോകണം?" എന്നു പിതാവിനോട് പലവട്ടം ചോദിച്ചപ്പോൾ കോപിഷ്ഠനായ പിതാവ് ഇങ്ങനെ പറഞ്ഞു. 'വംശത്തിന് കളങ്കമുണ്ടാക്കിയ നീ ചണ്ഡാലന്മാരുടെ കൂടെ വസിക്ക്. ഇതുപോലൊരു പുത്രനെ ഞാൻ ആഗ്രഹിക്കുന്നില്ല. അങ്ങനെ അവൻ നഗരത്തിന് പുറത്തുപോയി. അച്ഛൻ പുറത്താക്കിയ സത്യവ്രതൻ ചണ്ഡാലന്മാരുടെ കുടിലിന് സമീപം വസിച്ചു പോന്നു. അയാളുടെ പിതാവ് കാട്ടിലേക്കും പോയി. ഈ പാപകർമത്താൽ ഇന്ദ്രൻ പന്ത്രണ്ടുവർഷക്കാലം ആ പ്രദേശത്ത് മഴപെയ്യിച്ചില്ല.

ഒരിക്കൽ, വിശ്വാമിത്രമഹർഷി പത്നിയെ സ്വദേശത്ത് വിട്ട് കടലിനപ്പുറത്തുപോയി മഹാതപസ്സനുഷ്ഠിച്ചു. കുടുംബം പോറ്റാൻ നിവൃത്തിയില്ലാതെ മുനി പത്നി കഷ്ടപ്പെട്ടു. സത്യവ്രതൻ ദയ കൊണ്ട് അവരെ ഭക്ഷണകാര്യത്തിൽ സഹായിച്ചു. അയാൾ കാട്ടുപോത്തുകളേയും കരടികളേയും മാനുകളേയും കൊന്ന് അവയുടെ മാംസം ആശ്രമസമീപത്തുള്ള വൃക്ഷത്തിൽ കെട്ടിത്തൂക്കി. വളരെ വിനയാന്വിതനായി വിശ്വാമിത്രപത്നിയെ സംരക്ഷിച്ചുപോന്നു.

പിതാവിന്റെ നിയോഗമനുസരിച്ച് മൗനവ്രതമനുഷ്ഠിച്ചുകൊണ്ട് പന്ത്രണ്ടുവർഷം ദീക്ഷ കൈക്കൊണ്ട് അവിടെ വസിച്ചു. പിതാവ്

വനത്തിലേക്കു പോയപ്പോൾ ഗുരു എന്ന നിലയിലും കുടുംബപുരോഹിതൻ എന്ന നിലയിലും വസിഷ്ഠമഹർഷിയായിരുന്നു രാജ്യഭരണം കൈക്കൊണ്ടത്. തന്നെ പിതാവ് രാജ്യഭ്രഷ്ടനാക്കിയപ്പോൾ തടയാതിരുന്ന വസിഷ്ഠനോട് സത്യവ്രതന് അടങ്ങാത്ത വൈരമുണ്ടായിരുന്നു. സത്യവ്രതൻ പാപങ്ങൾക്ക് പ്രായശ്ചിത്തം ചെയ്തുകഴിഞ്ഞാൽ പിതാവിന്റെ കോപം ശമിക്കുമെന്നും അപ്പോൾ സത്യവ്രതനെ അഭിഷേകം ചെയ്യാമെന്നുമായിരുന്നു വസിഷ്ഠന്റെ തീരുമാനം. എന്നാൽ വസിഷ്ഠന്റെ മനസ്സിലിരിപ്പ് അറിയാൻ സത്യവ്രതന് കഴിഞ്ഞില്ല. ഒരിക്കൽ എവിടെനിന്നും മാംസം ലഭിക്കാതായപ്പോൾ രാജകുമാരൻ വസിഷ്ഠന്റെ പശുവായ കാമധേനുവിനെ കണ്ടു. അത്യധികം വിശന്നു വലഞ്ഞ വിശ്വാമിത്രന്റെ പുത്രന്മാർക്ക് ഭക്ഷണമായി അത് നൽകുകയും ചെയ്തു. ഇതറിഞ്ഞ വസിഷ്ഠൻ അത്യധികം കുപിതനായി.

വസിഷ്ഠൻ പറഞ്ഞു. “ഹേ, ക്രൂര, പിതാവിനെ അസംതൃപ്തനാക്കുക, പരപത്നിമാരെ അപഹരിക്കുക രണ്ടു പാപശങ്കുക്കളും നേരത്തെ ചെയ്തുകൂട്ടിയ ഇതാ മൂന്നാമതൊരു പാപശങ്കുവും ചെയ്തിരിക്കുന്നു. ഗുരുവിന്റെ ഗോവിനെ വധിക്കുക കൂടി ചെയ്തിരിക്കുന്നതിനാൽ നിന്റെ പാപം മൂന്നുമടങ്ങായിരിക്കുന്നു. ആയതിനാൽ മഹർഷി അവനെ ‘ത്രിശങ്കു’ എന്ന് സംബോധന ചെയ്തു.

വിശ്വാമിത്രന്റെ പത്നിയെ രക്ഷിച്ചുപോന്നതിൽ സംപ്രീതനായ വിശ്വാമിത്രൻ ത്രിശങ്കുവിന് വരം നൽകാൻ തയ്യാറായി. ഇഷ്ടമുള്ള വരം ചോദിച്ചുകൊള്ളാൻ ആവശ്യപ്പെട്ടു. തനിക്ക് ഉടലോടെ സ്വർഗത്തിൽപോകണമെന്ന് അസാധാരണമായ ആവശ്യം വിശ്വാമിത്രൻ അനുവദിച്ചുകൊടുത്തു.

ദേവന്മാരേയും വസിഷ്ഠനേയും തോൽപിക്കുവാൻ ആഗ്രഹിച്ച സത്യവ്രതൻ എന്ന മഹാതപസ്വി; ദേവന്മാരും വസിഷ്ഠനും നോക്കിനിൽക്കേ വിശ്വാമിത്രന്റെ കൃപാകടാക്ഷത്താൽ ഉടലോടെ സ്വർഗത്തിലേക്കുപോയി.

യയാതിയുടെ ജീവിതപാഠം

നഹുഷന് വിരജയിൽ ആറ് പുത്രന്മാർ ഉണ്ടായിരുന്നു. അവർ, യതി, യയാതി, ശര്യാതി, ആയാതി, യാതി, സുയാതി. മൂത്തയാളായ യതി സന്യാസം സ്വീകരിച്ച് ബ്രഹ്മജ്ഞാനിയായി മോക്ഷം പ്രാപിച്ചു. അടുത്തയാൾ, യയാതിയിൽ ഇന്ദ്രൻ സംപ്രീതനായി. അതിദീപ്തമായ ഒരു ദിവ്യരഥം സമ്മാനമായി നൽകി.

മനോവേഗതക്ക് തുല്യമായ ഈ ദിവ്യരഥം കൊണ്ട് അജയ്യനായ അദ്ദേഹം ആറുദിവസം കൊണ്ട് ഭൂമി മുഴുവൻ കീഴടക്കുകയും യുദ്ധത്തിൽ ദേവന്മാരേയും അസുരന്മാരേയും പരാജയപ്പെടുത്തുകയും ചെയ്തു. ദേവയാനിയും ശർമിഷ്ഠയുമായിരുന്ന യയാതിയുടെ ഭാര്യമാർ. ദേവയാനി യദുവിനും തുർവ്വസുവിനും, ശർമ്മിഷ്ഠ ദ്രുഹ്യു, അനു, പുരു എന്നീ പുത്രന്മാർക്കും ജന്മം നൽകി. മഹാപ്രതാപശാലിയും മഹാബുദ്ധിമാനുമായിരുന്ന യയാതിമഹാരാജാവ് തന്റെ മക്കൾക്ക് രാജ്യം വിഭജിച്ചുനൽകി.

അപരാജിതനായ യയാതിയിൽ ചില മോഹചിന്തകളുണ്ടായി. പ്രായാധിക്യത്തിന്റെ പരിമിതികളെ ഉല്ലംഘിച്ച് കൊണ്ട് ഇനിയുമീ ഭൂമിയിൽ സുഖഭോഗങ്ങളിൽ രമിക്കണം. യയാതി തന്റെ മൂത്തമകനെ സമീപിച്ച് ഇപ്രകാരം പറഞ്ഞു. "എന്റെ ജരയെ നീ സ്വീകരിച്ചാലും. നിന്റെ താരുണ്യം ഞാൻ ഏറ്റുവാങ്ങാം. യദുവിന് അച്ഛന്റെ അഭ്യർത്ഥന രസിച്ചില്ല. തനിക്കതിന് സാദ്ധ്യമല്ലെന്നും മറ്റുമക്കളോട് ചോദിക്കുന്നതാണ് നല്ലതെന്നുമായിരുന്നു മറുപടി. ഇതുകേട്ട യയാതി കോപിഷ്ഠനായി യദുവിനെ ശപിച്ചു. 'ഹേ! ദുർമതേ നീ അധർമിയാണ്. ഞാൻ പിതാവാണ്. എന്നെ അനാദരിച്ച നിന്റെ രാജ്യത്തിന് അരാജകത്വം സംഭവിക്കും.'

ദ്രുഹ്യ, തുർവസു, അനു എന്നിവരോടും ഇതേ ആവശ്യം ഉന്നയിച്ചു. അവരും നിരസിച്ചപ്പോൾ ക്രുദ്ധനും അജയ്യനുമായ യയാതി അവരെയും ശപിച്ചു. ഒടുവിൽ ഇളയവനായ പുരുവിനോട് തന്റെ ഇംഗിതമറിയിച്ചു.

പുരു പിതാവിന്റെ ജരയെ സ്വീകരിച്ചു. യയാതി പുരുവിന്റെ സുന്ദരശരീരത്തിൽ ഭൂമി മുഴുവൻ ചുറ്റി ആവോളം സുഖഭോഗങ്ങളിലാറാടി. കാമത്തിലും ഭോഗത്തിലും അതൃപ്തനായപ്പോൾ യയാതിക്ക് ചില തിരിച്ചറിവുകൾ ഉണ്ടായി. കാമോപഭോഗം കൊണ്ട്, കാമം ശമിക്കില്ല. ഹോമദ്രവ്യം കൊണ്ട് യാഗാഗ്നി ആളിക്കത്തുകയേ ഉള്ളൂ. കാമസുഖവും സ്വർഗസുഖവുമെല്ലാം തൃഷ്ണാമുക്തികൊണ്ടുണ്ടാകുന്ന സുഖത്തിന്റെ പതിനാറിലൊരംശം പോലുമാകില്ല. കൃഷ്ണാമുക്തന് മാത്രമേ ബ്രഹ്മപദപ്രാപ്തിയുള്ളൂ.

യയാതി പുരുവിൽ നിന്ന് തന്റെ വാർദ്ധക്യം തിരിച്ചുവാങ്ങി. വനത്തിലേക്കു പോയി തപസ്സനുഷ്ഠിച്ചു. ജലപാനങ്ങളുപേക്ഷിച്ച് ഭൗതികശരീരം വെടിഞ്ഞ് സ്വർഗം പൂകി.

സ്യമന്തകമണി

നിഗ്നന്റെ പുത്രന്മാരാണ് പ്രസേനനും സത്രാജിത്തും. ഇവർ ശത്രുഹന്താക്കളും ധീരരുമായിരുന്നു. സത്രാജിത്തിന് സ്യമന്തകം എന്ന് പേരുള്ള വിശിഷ്ടമായ രത്നം ലഭിച്ചു. സത്രാജിത്തിന് ആത്മാർത്ഥ സുഹൃത്ത് എന്നു പറയാനുള്ളത് സൂര്യനെയാണ്. പ്രാണസുഹൃത്ത്.

ഒരു ദിവസം പ്രഭാതത്തിൽ സത്രാജിത്ത് കുളിക്കാനായി നദിക്കരയിലെത്തി. സ്നാനത്തിനുമുമ്പേ പ്രാർത്ഥിക്കുക പതിവാണ്. പ്രാർത്ഥിച്ചുകൊണ്ടിരിക്കേ സൂര്യഭഗവാൻ പ്രത്യക്ഷപ്പെട്ടു. സത്രാജിത്ത് പറഞ്ഞു. “ഹേ പ്രകാശങ്ങളുടെ നാഥാ! ആകാശത്തിൽ ജ്വലിക്കുന്ന പ്രകാശഗോളം കണക്കേ മുമ്പിൽ നിൽക്കുന്ന ഉജ്ജ്വലമായ രൂപം നേര് തന്നെയോ? ഞാനെത്ര മാത്രം ധന്യനായിരിക്കുന്നു.”

ഇതുകേട്ട സൂര്യഭഗവാൻ ജ്വലിക്കുന്ന സ്യമന്തക മണിയെടുത്ത് തന്റെ സമീപത്ത് ചേർത്തുവെച്ചു. ഇതുകണ്ട സത്രാജിത്തിന് ആ ണിയോട് വലിയ താല്പര്യമായി. അദ്ദേഹം ചോദിച്ചു. ഈ ഭംഗിയുള്ള രത്നം എനിക്കു നൽകിയാലും. കേട്ടമാത്രയിൽ സ്യമന്തക മണി സത്രാജിത്തിന് കൊടുത്തു. രാജാവ് അതു കഴുത്തിൽ കെട്ടി നഗരത്തിലേക്ക് പ്രവേശിച്ചു. ‘ഇതാ സൂര്യൻ പോകുന്നു.’ എന്ന് വിളിച്ചുപറഞ്ഞുകൊണ്ട് ജനങ്ങൾ സത്രാജിത്തിന് സമീപത്തേക്കു പാഞ്ഞുവന്നു. രാജാവ് നഗരത്തേയും അന്തഃപ്പുരത്തേയും അത്ഭുതപരതന്ത്രമാക്കി. അദ്ദേഹം ആ മണി സ്നേഹപൂർവം സഹോദരനായ പ്രസേനന് നൽകി. ആ മണിയുടെ ദിവ്യപ്രഭാവത്താൽ മേഘങ്ങൾ യഥാസമയം വർഷിച്ചു. ഐശ്വര്യം എങ്ങും കളിയാടി. രോഗഭീതി പാടെ അകന്നു.

കൃഷ്ണഭഗവാൻ ആ അലൗകികരത്നം വേണമെന്നാശിച്ചു. എന്നാൽ പ്രസേനൻ കൊല്ലപ്പെട്ട വിവരം നാട്ടിലെങ്ങും പരന്നു. ഈ മരണത്തിൽ കൃഷ്ണന് പങ്കുണ്ടെന്ന് എങ്ങുമെങ്ങും ചർച്ചയാ

യി. സംശയിക്കപ്പെട്ട കൃഷ്ണൻ തെറ്റ് ചെയ്യാത്തതിനാൽ തന്റെ നിരപരാധിത്വം തെളിയിക്കാൻ നിശ്ചയിച്ചു. പ്രസേനൻ നായാട്ടിനു പോയ സ്ഥലങ്ങളിലെല്ലാം കൃഷ്ണൻ അലഞ്ഞുനടന്നു. യഥാർത്ഥ ത്തിൽ സംഭവിച്ചതെന്താണ് വിശ്വസ്തരായ അനേകമാളുകളോട് ആരാഞ്ഞു. മരിച്ചുകിടക്കുന്ന പ്രസേനനെ കാണാനായി. പക്ഷെ മണി ഉണ്ടായിരുന്നില്ല. മൃതശരീരത്തിനുസമീപം ഒരു സിംഹത്തിന്റെ മൃതദേഹവും കാണപ്പെട്ടു. കാല്പാടുകൾ കണ്ടത് പരിശോധിച്ച പ്പോൾ ഒരു കരടിയാണ് അത് ചെയ്തതെന്ന് സൂചന ലഭിച്ചു. കാല്പാടുകളെ പിന്തുടർന്ന കൃഷ്ണൻ കരടിയുടെ വാസസ്ഥല ത്തെത്തി.

ഗുഹക്കുള്ളിൽ ഒരു സ്ത്രീയുടെ സംസാരം കേട്ടു. രത്നം കൊണ്ട് കളിച്ചുകൊണ്ടിരുന്ന ജാംബവാന്റെ പുത്രനെ പരിചരിക്കുന്ന സ്ത്രീയുടേതായിരുന്നു ഭാഷണം. പരിചാരിക പറഞ്ഞു. 'സിംഹം പ്രസേനനെ കൊന്നു. ജാംബവാൻ സിംഹത്തേയും വധിച്ചു. കര യരുത് കുട്ടീ. ഈ സ്യമന്തകം നിനക്കുള്ളതാണ്.'

വാക്കുകൾ വളരെ വ്യക്തമായിരുന്നതുകൊണ്ട് അദ്ദേഹം ഗുഹ യ്ക്കടുത്തേക്കു ചെന്നു. ബലരാമനെയും യാദവരെയും ഗുഹയുടെ വാതിൽക്കൽനിർത്തി. കൃഷ്ണൻ ഗുഹയ്ക്കുള്ളിൽ പ്രവേശിച്ചു. ഗുഹയ്ക്കുള്ളിൽ ജാംബവാനെ കണ്ടു.

ഇരുപത്തിയൊന്നുദിവസം ജാംബവാനുമായി മുഷ്ടി യുദ്ധം നട ത്തി. ഇത്രയും ദിവസങ്ങളായിട്ടും കൃഷ്ണൻ ഗുഹയ്ക്കുള്ളിൽ നിന്നും തിരിച്ചുവരാതായപ്പോൾ ബലരാമനും മറ്റുള്ളവരും ദ്വാരവതിയിലേക്കു മടങ്ങി. കൃഷ്ണൻ കൊല്ലപ്പെട്ടിരിക്കാം എന്ന വാർത്ത പരന്നു.

കൃഷ്ണൻ ശക്തനായ ജാംബവാനെ തോല്പിച്ച് രത്നം നേടി യെടുത്തു. അദ്ദേഹത്തിന്റെ മകളായ ജാംബവതിയേയും കൂടി നേടി യശേഷം ഗുഹയിൽനിന്ന് പുറത്തേക്കുവന്നു. കൃഷ്ണൻ ദ്വാരവ തിയിലെത്തി ആ രത്നം കാരണം ഉണ്ടായ അപവാദത്തിൽ നിന്ന് മുക്തനായി. തുറന്ന സഭയിൽ വെച്ച് ആ രത്നം സത്രാജിത്തിന് കൊടുത്തു. ഓർക്കാപ്പുറത്തുണ്ടാകുന്ന അപവാദങ്ങളിൽ സമചി ത്തത കൈവിടാതെ; യാഥാർത്ഥ്യം ബോദ്ധ്യപ്പെടുത്താനായി യത്നിച്ച കൃഷ്ണൻ സ്യമന്തകം കഥയിലൂടെ ഒരു വലിയ പാഠം പകരുകയാണ്.

ദക്ഷന്റെ യാഗവിധ്വംസനം

മഹാമേരുവിന്റെ കൊടുമുടിയിലെ ജ്യോതിസ്ഥലം എന്നു പേരായ പരമേശ്വരവാസസ്ഥാനം ത്രിലോകങ്ങളാലും പൂജിക്കപ്പെട്ടിരുന്നു. പരമേശസവിധത്തിൽ എന്നുമെപ്പോഴും പാർവതിയും കൂടെ ഉണ്ടായിരുന്നു.

ഒരിക്കൽ ദക്ഷപ്രജാപതി യാഗം നടത്തുവാൻ നിശ്ചയിച്ചു. ഇന്ദ്രന്റെ നേതൃത്വത്തിൽ ദേവന്മാർ സ്വർഗത്തിൽ നിന്നും ഇതിനായി എത്തിച്ചേർന്നു. യാഗസ്ഥലമായ ഗംഗാദ്വാരത്തിൽ സർവസംഭാരങ്ങളൊരുക്കി ദക്ഷപ്രജാപതി അതിഥികളെ വരവേറ്റുതുടങ്ങി.

രുദ്രനില്ലാത്ത യജ്ഞമണ്ഡപം കണ്ട് ദധീചി മഹർഷി ഋഷിമാരോട് പറഞ്ഞു. "ഹേ മഹർഷിമാരേ! സർവനായകനായ ശങ്കരനെ ഈ മഹായജ്ഞത്തിൽ കാണുന്നില്ല. അദ്ദേഹത്തെ കൂടാത്ത യജ്ഞം ശോഭിക്കില്ല."

അപൂജ്യരെ പൂജിച്ചാലും പൂജാർഹരെ പൂജിക്കാതിരുന്നാലും മഹാപാപമുണ്ടാകും എന്നതിൽ സംശയമില്ല.

ദക്ഷൻ പറഞ്ഞു. എനിക്ക് പതിനൊന്ന് ദിക്കിലും വർത്തിക്കുന്ന രുദ്രന്മാരുണ്ട്. നിങ്ങൾ ഉദ്ദേശിക്കുന്ന മഹേശ്വരനെ ഞങ്ങൾക്കായില്ല.

ദധീചി പറഞ്ഞു. ശങ്കരനിലും മീതെയായി മറ്റൊരു ഈശനില്ല. അതുകൊണ്ടുതന്നെ ഈ യജ്ഞം സഫലമാകില്ല.

ദക്ഷന്റെ മറുപടി ഇപ്രകാരമായിരുന്നു.

"അല്ലയോ ദധീചേ, ലോകനാഥനായ വിഷ്ണുവിന് ഈ ഹവിസ്സുമുഴുവൻ നൽകും ശങ്കരനല്ല കൊടുക്കുന്നത്.

കാര്യങ്ങൾ ഇമ്മട്ടിൽ സങ്കീർണമായി നിൽക്കവേ ജ്യോതിസ്ഥലത്ത് ഉമാമഹേശ്വരന്മാർ തമ്മിൽ സംവാദം നടക്കുകയായിരുന്നു.

"ഭഗവാനേ, ദേവഗണങ്ങൾ മുഴുവനും എങ്ങോട്ടാണ് പോവുന്നത്? സത്യം എന്നോടു പറഞ്ഞാലും. എന്ന് പാർവതി ചോദിച്ചപ്പോൾ മഹേശൻ മറുപടി പറഞ്ഞു. ദക്ഷപ്രജാപതി അശ്വമേധം

നടത്തുന്നു. അതിൽ പങ്കുകൊള്ളാനാണ് ദേവന്മാർ പോയത്.

പാർവതി ചോദിച്ചു. "അങ്ങ് പോവാത്തതെന്താണ്. പ്രഭാവത്തിലും തേജസ്സിലും അങ്ങാണല്ലോ മുമ്പൻ." എനിക്കു കോപം ഇരച്ചുകയറുന്നുണ്ട്. അനന്തപ്രഭാവാനായ എന്റെ പതിക്ക് യജ്ഞഭാഗം ലഭിക്കാൻ ഞാൻ ദാനമോ വ്രതമോ തപസ്സോ എന്താണ് അനുഷ്ഠിക്കേണ്ടത്?"

മഹേശ്വരൻ പാർവതിയുടെ കോപം മനസ്സിലാക്കി. സാന്ത്വനിപ്പിക്കാൻ തുടങ്ങി. "പ്രിയതമേ, ബ്രാഹ്മണരും പുരോഹിതരും യാഗങ്ങളിൽ എനിക്കു ഭാഗം കൽപ്പിക്കുന്നുണ്ട്. യാഗേശ്വരനായി എന്നെ സ്തുതിക്കുന്നുമുണ്ട്.

ദക്ഷപ്രജാപതിയുടെ യാഗത്തിൽ എന്നെ പരിഗണിച്ചില്ല. ഞാനെന്റെ യാഗാംശത്തിനായി ഒരു ജീവനെ സൃഷ്ടിക്കാം. ക്രോധാഗ്നിയിൽ നിന്ന് ഉയർന്നുപൊങ്ങിയത് ഒരു ഭൂതമായിരുന്നു. ദേവിയുടെ കോപത്തിന് കാരണക്കാരൻ ദക്ഷനാണെന്ന് മനസ്സിലാക്കിയ ആ സത്വം പരമശിവന്റെ ആജ്ഞാനുസാരം ദക്ഷന്റെ യാഗം നശിപ്പിക്കാനായി പുറപ്പെട്ടു. ആ ഭൂതം സാക്ഷാൽ മഹേശ്വരൻ തന്നെയായിരുന്നു. മഹേശ്വരിയായ ഭദ്രകാളിയും എല്ലാറ്റിനും സാക്ഷിയാവാൻ പിന്തുടർന്നു. വീരഭദ്രൻ എന്നു പേരോടു കൂടിയ ആ ഭൂതം തന്റെ രോമകൂപങ്ങളിൽ നിന്ന് രുദ്രതുല്യപരാക്രമികളായ ആയിരക്കണക്കിന് രുദ്രാനുചരന്മാരെ പുറത്തുചാടിച്ചു.

കൊടുങ്കാറ്റ് ആഞ്ഞുവീശി. സമുദ്രങ്ങൾ കലങ്ങിമറിഞ്ഞു. അഗ്നിയും സൂര്യനും ജ്വലിക്കാതായി. ദേവന്മാർ ഭയന്നുവിറച്ചു. പിശാചുക്കൾ അലമുറയിട്ടു യജ്ഞപാത്രങ്ങൾ പൊടിഞ്ഞു തരിപ്പണമായി. യജ്ഞവേദികൾ നുറുങ്ങിവീണു. രുദ്രന്റെ കോപത്തിൽ നിന്നു ജനിച്ച പൈശാചികാഗ്നി പോലെ ജ്വലിക്കുന്ന ജീവികൾ സർവസംഭാരവും നാമാവശേഷമാക്കി. വീരഭദ്രനും ഭദ്രകാളിയും യജ്ഞാഗ്നി കെടുത്തി. സർവവും അലങ്കോലമായപ്പോൾ ബ്രഹ്മദേവൻ മഹാദേവനെ വന്ദിച്ച് പറഞ്ഞു. 'ദേവാ, എല്ലാ ദേവന്മാരും അവിടുത്തെ ഒരു ഭാഗം നൽകും. സ്വത്വത്തെ പിൻവലിച്ചാലും.' പരമേശ്വരൻ സന്തോഷത്തോടെ. 'അങ്ങനെതന്നെയാവട്ടെ എന്നു സമ്മതിച്ചു.'

ദക്ഷപ്രജാപതി ശിവനെ ശരണം പ്രാപിച്ചു. തലകുനിച്ച് പ്രണമിച്ച ദക്ഷപ്രജാപതിക്ക് ധർമ്മാദ്ധ്യക്ഷനായ പരമശിവൻ വരം നൽകി അനുഗ്രഹിച്ചു.

വിഗ്രഹങ്ങളുടെ ഉത്ഭവം

ഇന്ദ്രതുല്യപരാക്രമിയായ 'ഇന്ദ്രദ്യുമ്നനെന്ന ഒരു രാജാവുണ്ടായിരുന്നു. സത്യസന്ധനും സമർത്ഥനും ദാനധർമ്മിയും പ്രിയങ്കരനുമായിരുന്നു അദ്ദേഹം. മോക്ഷേച്ഛുവും ധർമിഷ്ഠനുമായിരുന്ന രാജാവ് വിഷ്ണുഭക്തനായിരുന്നു. രാജാവ് വിഷ്ണുവിനെ പ്രീതിപ്പെടുത്താനായി ആലോചിച്ചു. തന്റെ പ്രജകൾക്ക് ക്ഷേമൈശ്വര്യങ്ങൾ വരുത്താനായി രാജാവ് ജാഗരൂകനായി. അതുകൊണ്ടുതന്നെ സകലസംതൃപ്തിയോടും കൂടിയാണ് ജനങ്ങൾ കഴിഞ്ഞുപോന്നത്.

ഒരിക്കൽ രാജാവ് തന്റെ അവന്തികാദേശത്തുനിന്ന് സൈന്യസമേതം ഉജ്ജയിനിയിലേക്കു പുറപ്പെട്ടു. വലിയ ജനക്കൂട്ടം രാജാവിനെ അനുഗമിച്ചു. ഉചിതമായ സ്ഥലം തെരഞ്ഞെടുത്ത് വിഷ്ണുക്ഷേത്രം പണിയാനുള്ള ഒരുക്കം തുടങ്ങി. അശ്വമേധയാഗം നടത്താനും തീരുമാനമെടുത്തു. രാജാവിന്റെ അരുളപ്പാടായപ്പോൾ നാനാദേശത്തുനിന്നും ആളുമർത്ഥവും വന്നുചേർന്നു. 'അലഭ്യം' എന്ന ഒരു വാക്കുമാത്രം അവിടെ ഉണ്ടായില്ല. ഇതിനുമുമ്പെവിടെയും ഇത്രയും ധനധാന്യസമൃദ്ധമായ ഒരു യാഗം നടന്നിട്ടില്ല. കൃതകൃത്യനായ രാജാവിന്റെ അന്തഃകരണശുദ്ധി വരുത്താനായി നാരായണനെ സ്തുതിച്ചു. സംസാരദുഃഖത്തിൽ നിന്നു തന്നെ കരകയറ്റണമെന്നു പ്രാർത്ഥിച്ചു. ഉറക്കത്തിൽ രാജാവിന് മുമ്പാകെ ശംഖചക്രഗദാപദ്മധാരിയായ ഭഗവാൻ ദർശനമേകി. വിഷ്ണുപറഞ്ഞു. 'രാജാവേ ഭവാന്റെ ദിവ്യയാഗത്തിലും ഭക്തിയിലും വിശ്വാസത്തിലും ഞാൻ സംപ്രീതനാണ്. ഒരുവിധ ദുഃഖത്തിനും ഇനി വഴിയില്ല. നിത്യപൂജാർഹമായ ഒരു പ്രതിമ ലഭ്യമാക്കാം. അതു നേടാനുള്ള ഉപായവും പറഞ്ഞുതരാം. പുലർകാലത്ത് വൃക്ഷനിബിഡമായ കടൽത്തീരത്തുചെല്ലുക. അവിടെ കരയിലും വെള്ളത്തിലുമായി നിൽക്കുന്ന വലിയ ഒരു വൃക്ഷമുണ്ട്. വൻതിരമാലകളിൽ പോലും കുലുക്കമില്ലാതെ നിൽക്കുന്ന മഹാവൃക്ഷത്തെ ഉളികൊണ്ട് ചെത്തിമിനുക്കി ഭംഗിയാക്കുക. ആ മരംകൊണ്ട് എന്റെ ദിവ്യപ്രതിമ ഉണ്ടാ

ക്കണം. മോഹ(ഭ്രമം) ത്തെ ഉണ്ടാക്കുന്ന ചിന്തകളെല്ലാം ഉപേക്ഷിക്കൂ...

വിഷ്ണു അപ്രത്യക്ഷനായി. നിർദ്ദേശാനുസാരം പുലർച്ചെ സമുദ്രസ്നാനം ചെയ്ത് ബ്രാഹ്മണർക്ക് ദാനധർമ്മങ്ങൾ നിർവ്വഹിച്ച രാജാവ് മുമ്പോട്ടു നടന്നു. രാജാവ് ഏകനായി ആ വലിയ കടൽത്തീരത്തെത്തി. അവിടെ ജ്വലിക്കുന്ന ആ മഹാവൃക്ഷം കണ്ടു. അതിഭയങ്കരവും പരിപാവനവുമായ വൃക്ഷത്തിന്റെ നാമമോ പ്രായമോ അജ്ഞേയമായിരുന്നു. വൃക്ഷത്തെ രണ്ടായി മുറിക്കാനായി രാജാവ് മഴുകൊണ്ട് ആഞ്ഞുവെട്ടി. ആശ്ചര്യം! വിശ്വകർമ്മാവും വിഷ്ണുവും ബ്രാഹ്മണരൂപത്തിൽ അവിടെ പ്രത്യക്ഷരായി. ബ്രഹ്മതേജസ്സുറ്റ അവർ ഇന്ദ്രതുല്യനായ ഇന്ദ്രദ്യുമ്നനോടു പറഞ്ഞു. "ഈ മഹാവൃക്ഷത്തെ താങ്കൾ എന്തിന് മുറിച്ചു?"

"ആദ്യന്തരഹിതനും അനന്തനും ലോകനാഥനുമായ ദേവദേവനെ ആരാധിക്കാനായി ഞാനൊരു വിഗ്രഹം നിർമ്മിക്കാൻ പോവുന്നു. ദേവദേവനായ പരമപുരുഷൻ എനിക്കു ദർശനം തന്ന് നിർദ്ദേശിച്ച പ്രകാരമാണ് എന്റെ ഉദ്യമം. രാജാവിന്റെ വാക്കുകേട്ട് ലോകനാഥനായ വിഷ്ണു സംതൃപ്തിയോടെ മന്ദഹസിച്ചു. താങ്കളുടെ പ്രവൃത്തി ശ്രേഷ്ഠം തന്നെ. ഘോരമായ ഈ സംസാരസാഗരത്തിൽ വിഷ്ണുവിനെ ആരാധിക്കാൻ തോന്നിയ താങ്കൾ ധന്യൻ തന്നെ. വനപർവ്വതങ്ങളോടും ഗ്രാമനഗരങ്ങളോടും കൂടിയുള്ളതും നാനാജാതിമതസ്ഥരുള്ളതുമായ ഈ ഭൂമിയും ധന്യയാണ്. എന്തെന്നാൽ രാജശ്രേഷ്ഠനായ താങ്കളാണല്ലോ ഇതിന്റെ പാലകൻ. അല്ലയോ മഹാരാജാവേ, ശില്പികളിൽ ശ്രേഷ്ഠനും സാക്ഷാൽ വിശ്വകർമ്മാവിന് തുല്യനും അതിവിദഗ്ദനുമായ എന്റെ കൂടെ വന്ന ഈ ശില്പി ഞാനുദ്ദേശിച്ച ശില്പം നിർമ്മിക്കും. നിങ്ങൾക്ക് ഈ സമുദ്രതീരത്തുനിന്നും സന്തോഷത്തോടെ തിരിച്ചുപോകാം.

പരമാത്മാവ് ശില്പിക്കുവേണ്ട നിർദ്ദേശം നൽകി. ആദ്യം, ശ്രീവത്സവും കൗസ്തുഭവും ധരിച്ച ശംഖചക്രഗദാധാരിയായ കൃഷ്ണന്റെ ശാന്തരൂപത്തിലുള്ള പ്രതിമസ്ഥാപിക്കുക, രണ്ടാമത് സ്വസ്തിക ചിഹ്നത്തോടുകൂടിയ കലപ്പയും അസ്ത്രവും ധരിച്ച അനന്തൻ എന്നുപേരുള്ള മഹാബലവാനായ ദേവന്റെ വിഗ്രഹം. മൂന്നാമത്തേത് സർവ്വലക്ഷണസമന്വിതയായ ശ്രീകൃഷ്ണസഹോദരി സുഭദ്രയുടെ വിഗ്രഹം നിർമ്മിക്കണം.

നിമിഷനേരം കൊണ്ട് നിർമ്മിച്ച പ്രതിമകൾ കണ്ട് രാജാവ് പറഞ്ഞു. എന്റെ മുമ്പിൽ പ്രത്യക്ഷരായ നിങ്ങളെ ഞാൻ ശരണം പ്രാപിക്കുന്നു. ഭഗവാൻ പറഞ്ഞു. ഞാൻ പരം പൊരുളായി ലോകത്തിന്റെ ദുഃഖം ശമിപ്പിക്കുന്നു. പരിപൂർണ്ണജ്ഞാനഗമ്യനായ എന്നെ യോഗികൾ വാസുദേവനെന്ന് വിളിക്കുന്നു. വാസുദേവന്റെ വാക്കുകൾ കേട്ട മഹാരാജാവ് ചാരിതാർത്ഥ്യത്തോടെ രാജധാനിയിലെ ഏറ്റവും ഉചിതമായ സ്ഥാനത്ത് വിധിയാം വണ്ണം വിഗ്രഹങ്ങൾ പ്രതിഷ്ഠിച്ചു. രാജ്യം നന്നായി ഭരിച്ചു. കൃത്യകൃത്യനായ രാജാവ് സർവ്വവുമുപേക്ഷിച്ച് വിഷ്ണുവിന്റെ പരമപദത്തെ പ്രാപിച്ചു.

കണ്ഡുമുനിയുടെ പരമസിദ്ധി

പ്രകൃതി രമണീയമായ ഗോമതീ നദീതീരത്തായിരുന്നു കണ്ഡു മുനിയുടെ ആശ്രമം. ഫലമൂലങ്ങളും വൃക്ഷലതാദികളും പൂക്കളും കിളികളും, നാനാജാതി മൃഗങ്ങളും ഈ നദീതീരത്തെ മനോഹര മാക്കി. എല്ലാ ഋതുക്കളിലും ഫലപുഷ്പങ്ങളോടെയുള്ള ആ ആശ്ര മത്തിൽ മുനി അത്യത്ഭുതമായ മഹാതപസ്സ് അനുഷ്ഠിക്കാൻ തുടങ്ങി.

വേനൽക്കാലത്ത് പഞ്ചാഗ്നിമദ്ധ്യത്തിലും വർഷത്തിൽ തറയിൽ ശയിച്ചും ഹേമന്തത്തിൽ കഴുത്തറ്റം വെള്ളത്തിൽ നിന്നും ഘോര തപസ്സ് തുടർന്നു തപഃശ്ശക്തികൊണ്ട് കണ്ഡുമഹർഷി ത്രിലോക ത്തേയും തപിപ്പിച്ചു. മുനിയുടെ തപോവീര്യം കണ്ട് ദേവന്മാരും, ഗന്ധർവ്വന്മാരും സിദ്ധന്മാരും, വിദ്യാധരന്മാരുമെല്ലാം ആശ്ചര്യപ്പെ ട്ടു. അവർ പരസ്പരം കൂടിയാലോചിച്ചു. ഇന്ദ്രനുൾപ്പെടെയുള്ള വർ ഭയന്ന് തപോവിഘ്നം വരുത്തുവാൻ ആഗ്രഹിച്ചു.

അവരുടെയെല്ലാം ഇംഗിതമറിഞ്ഞ ഇന്ദ്രൻ സർവ്വാംഗസുന്ദരിയും സർവ്വലക്ഷണസമ്പന്നയുമായ സ്വർഗ്ഗസുന്ദരി പ്രമ്ലോചയോടു പറഞ്ഞു.

"അല്ലയോ പ്രമ്ലോചേ, മുനി തപസ്സുചെയ്യുന്നിടത്തേക്ക് ചെല്ലു ക. തപോവിഘ്നം വരുത്തുന്നതിനായി അദ്ദേഹത്തിന്റെ മനസ്സിനെ ക്ഷോഭിപ്പിക്കുക.

പ്രമ്ലോച പറഞ്ഞു. "താങ്കളുടെ ആജ്ഞ എന്നും ഞാൻ അനു സരിച്ചിട്ടേയുള്ളൂ. എന്നാൽ ബ്രഹ്മചര്യവ്രതത്തിൽ സുദൃഢനായ ആ ശ്രേഷ്ഠമുനിയെ എനിക്കുഭയമാണ്. അതിതേജസ്വിയായ കണ്ഡുമുനി ക്രോധത്താൽ എന്നെ ശപിക്കുമെന്ന് ഉറപ്പാണ്. ദേവേ ന്ദ്രൻ പറഞ്ഞു. "അല്ലയോ സുന്ദരീ നിനക്കു സഹായത്തിനായി കാമനേയും വസന്തനേയും, മന്ദമാരുതനേയും ഞാനയക്കാം. ഭവതി ഒറ്റക്കല്ല. അവരുടെ കൂടെ മുനിയുടെ സവിധത്തിലേക്കു ഉടൻ ചെല്ലുക.

ഇന്ദ്രന്റെ വാക്കുകളനുസരിച്ച് പ്രമ്ലോച അവരോടൊത്ത് ആകാശമാർഗേണ ചെന്നപ്പോൾ അതിമനോഹരമായ വനത്തിൽ മഹർഷി അത്യുജ്ജ്വലമായ തപസ്സനുഷ്ഠിക്കുന്നതു കണ്ടു. കാമനോടും മറ്റുള്ളവരോടുമൊപ്പം പ്രമ്ലോച കാടുമുഴുവനും ചുറ്റി നടന്നുകണ്ടു. ആശ്ചര്യകരവും മനോഹരവുമായ വനം കണ്ട് അത്ഭുതസ്തിമിതയായി അവൾ കാമനോടും വസന്തനോടും മാരുതനോടും പറഞ്ഞു.

'എല്ലാവരും എന്നെ സഹായിക്കണം. ഓരോരുത്തരും തയ്യാറായിക്കൊള്ളൂ. ഞാനിപ്പോൾ മുനി ഇരിക്കുന്നിടത്തേക്കു പോവുകയാണ്. ആ അപ്സരസ്സ് തന്റെ കുയിൽ നാദത്തിൽ ഒരു ഗാനാലാപം തുടങ്ങി. വസന്തനും മാരുതനും രംഗം കൊഴുപ്പിച്ചു. വന്യജീവികളെല്ലാം ശാന്തരായി നിന്നു. ഗാനം കേട്ട് മുനി അത്ഭുതസ്തബ്ധനായി. താമസം വിനാ വിടർന്ന കണ്ണുകളുമായി അവളോട് ചോദിച്ചു. 'ആരു നീ ഭദ്രേ! എന്നെ വല്ലാത്ത നിലയിൽ വികാരവിവശനാക്കിയ നീ ആരെന്നു ചൊല്ലൂ.'

പ്രമ്ലോച പറഞ്ഞു. 'അങ്ങയുടെ പരിചാരികയായി പൂക്കളിറുക്കുവാൻ വന്നതാണ് ഞാൻ. എന്തു ചെയ്യണമെന്നു കൽപ്പിച്ചാലും.'

അവളുടെ വാക്കുകേട്ട് മുനി തരളിതമാനസനായി. അവളുടെ കരം ഗ്രഹിച്ച് ആശ്രമത്തിലേക്കു പ്രവേശിച്ചു.

കാമനും വസന്തനും മാരുതനും കൃതകൃത്യരായി സ്വർഗ്ഗത്തിലേക്കു മടങ്ങി.

ആശ്രമത്തിലേക്കു പ്രവേശിച്ചയുടൻ കണ്ഡുമുനി തപഃശ്ശക്തി കൊണ്ട് തന്റെ യൗവ്വനം തിരികെയെത്തിച്ചു; അംഗലാവണ്യം പൂണ്ടു. ദിവ്യാലങ്കാരഭൂഷിതനായി കാമസദൃശരൂപം കൈക്കൊണ്ടു.

ജപഹോമാദികൾ ഉപേക്ഷിച്ചു. പൂജയും വ്രതവും മുടങ്ങി. ധ്യാനവും സ്നാനവും ത്യജിച്ചു. അദ്ദേഹം രാപ്പകൽ അവളുമൊത്തുല്ലസിച്ചു. വിഷയാസക്തിയിൽ മതിമറന്ന മുനി കാലം കടന്നുപോയതറിഞ്ഞില്ല. സ്വർഗ്ഗത്തിലേക്കു തിരികെപോകാൻ പ്രമ്ലോച അനുവാദം ചോദിച്ചപ്പോഴെല്ലാം കുറച്ചുകഴിയട്ടെ എന്ന് പറഞ്ഞു അവളെ തടഞ്ഞു. മുനിയുടെ ശാപം ഭയന്ന് അവൾ മുനിയോടൊപ്പം പിന്നെയും കഴിഞ്ഞു.

ഒരിക്കൽ വളരെ ധൃതിയിൽ ആശ്രമത്തിൽ നിന്നും പുറത്തേക്കു പോകുവാനൊരുങ്ങിയ അദ്ദേഹത്തോട് എവിടേക്ക് പോകുന്നു

വെന്ന് ആ സുന്ദരി ചോദിച്ചു. 'പകൽ അവസാനിക്കാൻ പോവുന്നു. സന്ധ്യോപാസന അനുഷ്ഠിക്കണം.' അപ്പോൾ ചിരിച്ചുകൊണ്ട് അവൾ പറഞ്ഞു. 'ഹേ മഹാമുനേ, ഇന്നുമാത്രമാണോ പകലവസാനിക്കുന്നത്? മുൻപും പല പ്രാവശ്യം അതു കഴിഞ്ഞുപോയിട്ടില്ലേ?

മുനി പറഞ്ഞു. 'അല്ലയോ ശ്രേഷ്ഠേ, രാവിലെ ഈ പരിശുദ്ധമായ നദീതീരത്തേക്കു ഭവതി വന്നു. ഞാൻ ഭവതിയോടൊപ്പം ആശ്രമത്തിലേക്കു വന്നു. ഇപ്പോൾ പകലവസാനിക്കുന്നു. അതല്ലേ കാര്യം?

പ്രമ്ലോച പറഞ്ഞു. ഞാൻ വന്നതു രാവിലെയാണ് എന്നതു നേരു തന്നെ. പക്ഷെ ഞാൻ വന്നിട്ട് അനേകം നൂറ്റാണ്ടുകൾ കഴിഞ്ഞിരിക്കുന്നു. മഹർഷി പറഞ്ഞു.

'ഹേ! സുന്ദരീ, നീ സത്യം പറയുകയാണോ അതോ നമ്മെ പരിഹസിക്കുകയാണോ? ഒരു ദിവസം മാത്രമേ ഭവതിയുടെ കൂടെ ഇവിടെ വസിച്ചിട്ടുള്ളൂ എന്ന് എനിക്കു തോന്നുന്നു.'

പ്രമ്ലോച പറഞ്ഞു. "അങ്ങയോടു പറഞ്ഞല്ലോ. ഇന്നുവരെ തൊള്ളായിരത്തി ഏഴുവർഷവും ആറുമാസവും മൂന്നുദിവസവും കഴിഞ്ഞുപോയിരിക്കുന്നു."

മുനി വല്ലാതെ അസ്വസ്ഥനായി, ഇങ്ങനെ വിചാരിച്ചു. "ഞാൻ പാപിയാണ്! എന്റെ തപസ്സെല്ലാം നഷ്ടമായി. ബ്രഹ്മജ്ഞാനികളുടെ സമ്പത്തായ ആദ്ധ്യാത്മികജ്ഞാനം കൈമോശമായി. ഇതെന്റെ മാത്രം ദോഷമാണ്. ഇന്ദ്രിയങ്ങളെ നിയന്ത്രിക്കാൻ എനിക്കു കഴിഞ്ഞില്ല. എല്ലാം നഷ്ടമായ എനിക്കു പുരുഷോത്തമ പാദങ്ങളെ ശരണം പ്രാപിക്കണം.'

ആ മഹായോഗി പുരുഷോത്തമം എന്നു പേരുള്ള വിഷ്ണുവിന്റെ പുണ്യക്ഷേത്രത്തിലേക്കു പോയി. ഏകാഗ്രതയോടെ കൈകളുയർത്തി ഹരിയെ ധ്യാനിച്ചു. ശാശ്വതമായ ആ പരമപദത്തെ പ്രാപിക്കുവാൻ പ്രയത്നിച്ചു. 'ഈ സംസാരസാഗരത്തിൽ നിന്ന് തന്നെ കരകയറ്റിയാലും.' മുനിയുടെ ഉള്ളുരുകിയ പ്രാർത്ഥനയും പശ്ചാത്താപവും ഭഗവാനെ സംപ്രീതനാക്കി.

ഭഗവാൻ പറഞ്ഞു. 'ഹേ, മുനി ശ്രേഷ്ഠ! താങ്കളെന്റെ ഭക്തനാണ്. എന്റെ ഭക്തർക്ക് എവിടെയും എപ്പോഴും എന്റെ പ്രസാദമുണ്ട്.

താങ്കളാഗ്രഹിച്ച മോക്ഷം ലഭിക്കുന്നതാണ്.'

മുനി സന്തുഷ്ടനായി. സർവേന്ദ്രിയങ്ങളെയും നിയന്ത്രിച്ച്, നിർമ മനും നിരഹങ്കാരിയുമായി. ദേവന്മാർക്കുപോലും ദുർല്ലഭമായ പര മമായ മോക്ഷം പ്രാപിച്ചു.

വിഷ്ണുഗീതികാമാഹാത്മ്യം

ശംഖ ചക്രഗദാധാരിയായ വിഷ്ണു, ലോകപ്രസിദ്ധമായ അവന്തി ക്ഷേത്രത്തിൽ വാണരുളുകയായിരുന്നു. ക്ഷേത്രസമീപത്തായി ഗായകനായ ഒരു ചണ്ഡാലൻ (മതംഗജൻ വസിച്ചിരുന്നു. വലിയ വിഷ്ണുഭക്തനും ധാർമ്മികബോധമുള്ളവനും, ദീനാനുകമ്പയുള്ളവനുമായ അദ്ദേഹം എല്ലാമാസവും ഏകാദശിനാളിൽ, ക്ഷേത്രദർശനം നടത്തും.

ദൃഢവ്രതമെടുത്ത് രാത്രിമുഴുവൻ ഉറങ്ങാതെ വിഷ്ണുവിനെ സ്തുതിച്ച് ഗാനാലാപം നടത്തി. വിഷ്ണുവിനെ പ്രീതിപ്പെടുത്തിക്കൊണ്ട് ചണ്ഡാലൻ അനേകവർഷം കഴിച്ചുകൂട്ടി. ഭക്തിയിൽമുഴുകിയ അയാൾ ക്ഷിപ്രാനദീതീരത്തുള്ള വനത്തിൽ നിന്ന് പുഷ്പങ്ങൾ ശേഖരിക്കുകയായിരുന്നു. അവിടെ ഒരു ഭയങ്കര രാക്ഷസൻ അയാളെ പിടിച്ചു ഭക്ഷിക്കുവാൻ ഒരുങ്ങി. ചണ്ഡാലൻ രാക്ഷസനോടു പറഞ്ഞു. "ഇന്ന് നിങ്ങളെന്നെ ഭക്ഷിക്കരുത്. എനിക്കു വലിയ ഒരു കാര്യം ചെയ്തു തീർക്കുവാനുണ്ട്. ഞാൻ രാത്രിമുഴുവൻ ഉറങ്ങാതെ വിഷ്ണുഗീതികകൾ ആലപിച്ചു. വ്രതം പൂർത്തിയായില്ല. വ്രതഭംഗം വരുത്തരുത്.

രാക്ഷസൻ മറുപടി പറഞ്ഞു. 'വിശന്നുവലഞ്ഞിരിക്കയാണ് ഞാൻ.' പത്തു ദിവസമായി ആഹാരം കിട്ടിയിട്ട്.' ചണ്ഡാലൻ രാക്ഷസനെ സാന്ത്വനിപ്പിച്ചു. 'സത്യമായും ഞാൻ നാളെ വീണ്ടും വരും. സത്യമാകുന്ന പേരിലാണ് ലോകം നിലനിൽക്കുന്നത്. വീണ്ടും വരുമെന്നത് എന്റെ പ്രതിജ്ഞയാണ്. വന്നില്ലെങ്കിൽ, സകലപാപങ്ങളും എന്നിൽ പതിച്ചുകൊള്ളട്ടെ.'

രാക്ഷസൻ അയാളെ പോകാൻ അനുവദിച്ചു. ചണ്ഡാലൻ പുഷ്പങ്ങൾ ശേഖരിച്ച് വിഷ്ണുക്ഷേത്രത്തിലേക്ക് പോയി. പുഷ്പങ്ങൾ ബ്രാഹ്മണനെ ഏൽപ്പിച്ച് സ്വഗൃഹത്തിലേക്കുമടങ്ങി. ഉപവാസമനുഷ്ഠിച്ച് വിഷ്ണുവിന്റെ സ്തുതിഗീതമാലപിച്ച് ഉറങ്ങാതെ

കഴിച്ചുകൂട്ടി.

നേരം പുലർന്നപ്പോൾ ദേവനെ വന്ദിച്ച് സത്യവും പ്രതിജ്ഞയും പാലിക്കാൻ രാക്ഷസന്റെ സമീപത്തേക്ക് പുറപ്പെട്ടു. പോകുന്നവഴിക്ക് ഒരു മനുഷ്യൻ അയാളോടു ചോദിച്ചു. 'നിങ്ങൾ എങ്ങോട്ടു പോവുകയാണ്.' കഥ മുഴുവൻ അയാൾ ആ മനുഷ്യനോടു പറഞ്ഞു. ഇതുകേട്ട് ആ മനുഷ്യൻ മതംഗജനോടു പറഞ്ഞു. ചില പ്രത്യേക സന്ദർഭങ്ങളിൽ കള്ളം പറയുന്നത് പാതകമല്ലെന്ന് പ്രമാണമുള്ളതറിയില്ലേ? ഗോവ്, സ്ത്രീ, ബ്രാഹ്മണൻ എന്നിവരെ രക്ഷിക്കുവാനും, വിവാഹസമയത്തും, സുഹൃത്തിനുവേണ്ടിയും, ജീവഹാനി സംഭവിക്കാവുന്ന അവസ്ഥയിലും കളവുപറയുന്നത് ദോഷമല്ല.

ചണ്ഡാലൻ മറുപടി പറഞ്ഞു. അങ്ങനെ പറയരുത്. സത്യം ലോകത്ത് പൂജിക്കപ്പെടുന്നു. ഈ ജഗത്തിൽ എന്തു സുഖവും സത്യം കൊണ്ടാണ് നേടുന്നത്. ലോകത്ത് സത്യമാണ് പരബ്രഹ്മം. ഇത്രയും പറഞ്ഞ് ബ്രഹ്മരാക്ഷസന്റെ അടുത്തേക്ക് പോയി.

'മഹാത്മാവേ! താങ്കൾ ചെയ്തത് ഒരു നല്ല കാര്യം തന്നെ. പ്രതിജ്ഞ പാലിച്ചിരിക്കുന്നു. താങ്കൾ സത്യപാലകനാണ്. സത്യം ബ്രഹ്മമാണ്. ബ്രഹ്മജ്ഞാനി ബ്രാഹ്മണനാണ്. താങ്കളെ ഞാൻ ചണ്ഡാലനായി കാണുന്നില്ല. ജന്മനാ ജായതേ ജന്തു/ കർമണാ ജായതേ ദ്വിജ/വേദപാരായണോ വിപ്ര:/ ബ്രഹ്മജ്ഞാനീ തു ബ്രാഹ്മണ: എന്ന പ്രമാണം പരമാർത്ഥമാണ്.

ചണ്ഡാലൻ രാക്ഷസനോട് ചോദിച്ചു. ബ്രഹ്മരാക്ഷസനായി ജനിക്കാൻ താങ്കൾ എന്തു പാപമാണ് ചെയ്തത്? രാക്ഷസൻ പറഞ്ഞു. പൂർവ്വജന്മത്തിൽ സോമശർമ്മൻ എന്ന പേരുള്ള ബ്രാഹ്മണനായിരുന്നു ഞാൻ. യജ്ഞവിദ്യ ശരിയായി അറിയാത്തവനായ ഞാൻ മന്ത്രഹീനവും, സ്വരഹീനവുമായി യാഗമനുഷ്ഠിച്ചതിനാൽ കർമ്മദോഷം ഹേതുവായി രാക്ഷസനായി ജനിച്ചു. പാപസമുദ്രത്തിൽ നിന്ന് എന്നെ കരകയറ്റിയാലും. ജന്തുവധത്തിൽ നിന്ന് പിൻവാങ്ങിയാൽ, താൻ ഒടുവിൽ അനുഷ്ഠിച്ച വിഷ്ണുഗീതികയുടെ ഫലം അങ്ങക്കായി നൽകാമെന്ന് പറഞ്ഞു. രാക്ഷസൻ സമ്മതിച്ചു. ചണ്ഡാലൻ മന്ത്രം ചൊല്ലി ആവാഹിച്ച് അർദ്ധമുഹൂർത്തം ഉറങ്ങാതെ, അവസാനം ചൊല്ലിയ ഗീതികയുടെ ഫലം രാക്ഷസന്

നൽകി. ഗീതികയുടെ ഫലം നൽകിയപ്പോൾ അത്യധികം സന്തുഷ്ടനായ രാക്ഷസൻ ചണ്ഡാലനെ പ്രണമിച്ച് പുണ്യക്ഷേത്രമായ പൃഥൂദകത്തിലേക്കുപോയി. അവിടെ ഉപവാസത്തോടെ വ്രതമനുഷ്ഠിച്ച് പ്രാണൻ ത്യജിച്ചു. ഗീതികാഫലത്തിന്റെ ശക്തിയാൽ രാക്ഷസത്വത്തിൽ നിന്ന് മുക്തനായി.

മാതംഗന്റെ സത്യതപസ്സ്

മാതംഗൻ എന്ന ചണ്ഡാലവംശജന് ലൗകികസുഖങ്ങളിൽ അശേഷം താല്പര്യമില്ലാതായി. ആദ്ധ്യാത്മികകാര്യങ്ങളിൽ മന സ്സുറച്ചപ്പോൾ വീടുവിട്ടിറങ്ങി; ഭൂമി മുഴുവൻ ചുറ്റി സഞ്ചരിക്കാനായി പുറപ്പെട്ടു. ആസേതു ഹിമാലയം യാത്ര ചെയ്തു. ക്ഷേത്രസന്ദർശ നവും തീർത്ഥസ്നാനവുമായി സഞ്ചരിക്കവേ ഒരിക്കൽ വിന്ധ്യ പർവതത്തിന്റെ ശിഖരത്തിലെത്തി. അവിടെയായിരുന്നു പാപപ്ര മോചനതീർത്ഥം.

അവിടെ സ്നാനം നടത്തി പാപങ്ങളെല്ലാം കഴുകിക്കളഞ്ഞു. തന്റെ പൂർവജന്മങ്ങളെക്കുറിച്ചെല്ലാം ഓർത്തുനോക്കി. പൂർവജന്മ ത്തിൽ അയാൾ വാക്കിനും നോക്കിനും മനസ്സിനും ഇന്ദ്രിയ ങ്ങൾക്കും കടിഞ്ഞാണുള്ള ബുദ്ധിമാനായ ഒരു സന്യാസിയായി രുന്നു; എല്ലാ വേദങ്ങളും മനഃപാഠമായിരുന്നു.

ഒരിക്കൽ കള്ളന്മാർ നഗരത്തിലെ പശുക്കളെയെല്ലാം അപഹ രിച്ചു. ധനധാന്യാദികൾ കൊള്ളയടിക്കുകയും നശിപ്പിക്കുകയും ചെയ്തു. തന്റെ ഭിക്ഷാന്നം പോലും പൊടിപടലങ്ങൾകൊണ്ട് മലിന മായിക്കണ്ടു. കോപതാപാദികൾ കൊണ്ട് ഒരു നിമിഷം മനോ നിയന്ത്രണം വിട്ട സന്യാസി പൊടിപടർന്ന ഭിക്ഷാന്നം എടുത്തെ റിഞ്ഞു.

ഈ അധർമ്മദോഷംകൊണ്ട് അയാൾ ചണ്ഡാലനായി ജനി ച്ചു. പാപപ്രമോചനതീർത്ഥത്തിലെ സ്നാനാനന്തരം നർമ്മദാ നദീ തീരത്ത് ദിവംഗതനായി. അടുത്തജന്മത്തിൽ വാരാണസിയിൽ ഒരു ബ്രാഹ്മണനായി ജന്മം പൂണ്ടു. സ്വതവേ ബുദ്ധിസാമർത്ഥ്യം കുറ വുണ്ടെന്നുമാത്രമല്ല പ്രവൃത്തിയിൽ വിഢ്ഢിത്തവും പ്രകടമാക്കി യിരുന്നു. വാരാണസിയിലെ വാസത്തിനിടയിൽ, യോഗം, മായാ ബലം എന്നിവയോടുകൂടിയ വിരൂപനായ ഒരു സിദ്ധപുരുഷൻ അലഞ്ഞു നടക്കുന്നതുകണ്ടു. അദ്ദേഹത്തെ കണ്ടിട്ട് കളിയാക്കി ക്കൊണ്ട് അഭിവാദനം ചെയ്ത വിഢ്ഢി ബ്രാഹ്മണൻ ചോദിച്ചു.

'സുഖം തന്നെയോ'? അങ്ങ് എവിടെനിന്നു വരുന്നു.?

അയാൾ തന്നെ തിരിച്ചറിഞ്ഞിരിക്കുന്നു എന്നു കരുതിയ ആ ശ്രേഷ്ഠൻ 'താൻ സ്വർഗ്ഗത്തുനിന്നാണ് വരുന്നതെന്നു മറുപടി പറഞ്ഞു. ബ്രാഹ്മണൻ സിദ്ധനോടു ചോദിച്ചു. സ്വർഗ്ഗത്തിലെ അതിസുന്ദരിയായ ഉർവ്വശി എന്ന അപ്സരസ്സിനെ താങ്കളറിയില്ലേ? 'അറിയാം; സ്വർഗത്തിന് അലങ്കാരമായ ഉർവ്വശിയെ അറിയാതിരിക്കുന്നതെങ്ങനെ! എന്റെ സന്ദേശം ഉർവ്വശിയെ അറിയിക്കണം എന്നു ബ്രാഹ്മണൻ സിദ്ധനോടു പറഞ്ഞു. സിദ്ധൻ അപ്രകാരം സ്വർഗ്ഗത്തിൽചെന്ന് ഉർവ്വശിയോട് ബ്രാഹ്മണന്റെ സ്നേഹാന്വേഷണം അറിയിച്ചു.

കുറച്ചുകാലത്തിനുശേഷം വീണ്ടും വാരാണസിയിലേക്കുപോയ സിദ്ധനെ ആ വിഡ്ഢി ബ്രാഹ്മണൻ വീണ്ടും കണ്ടുമുട്ടി. അദ്ദേഹത്തെ വീണ്ടും കണ്ടപ്പോൾ ഉർവ്വശി എന്തു പറഞ്ഞുവെന്നായി അന്വേഷണം. ഉർവ്വശിക്ക് താങ്കളെ അറിയില്ലെന്നും അറിയണമെങ്കിൽ എന്തെങ്കിലും ഒരു ശ്രേഷ്ഠയജ്ഞകർമയജ്ഞം അനുഷ്ഠിക്കണമെന്നും പറഞ്ഞതായി അറിയിച്ചു. ഇനിമുതൽ ഞാൻ 'ശകടം' (മിശ്രിതം ഭക്ഷണം) കഴിക്കുകയില്ല എന്നു പ്രതിജ്ഞ ചെയ്തു. സിദ്ധനാകട്ടെ ഈ വാർത്തയുമായി സ്വർഗ്ഗത്തിൽ ഉർവ്വശിയെ കണ്ടു. ഇപ്പോൾ ഞാനയാളെ അറിയുന്നു. പ്രതിജ്ഞയിൽ നിന്നു തന്നെ അയാളൊരു മൂഢനും പരിഹാസപാത്രവുമാണെന്ന് തിരിച്ചറിയുന്നുണ്ട്. കാലം പോകെ ഒരിക്കൽ ഉർവ്വശി വാരാണസി നഗരിയിൽ ദിവ്യരൂപത്തിൽ മത്സ്യോദരി തീർത്ഥത്തിൽ സ്നാനം ചെയ്തു. ആ മൂർഖ ബ്രാഹ്മണനും മത്സ്യോദരിയിലെത്തിയിരുന്നു. ഉർവ്വശി കുളിക്കുന്നത് കണ്ട് ആ ബ്രാഹ്മണൻ അത്യധികം കാമപരവശനായിത്തീർന്നു. പല ചേഷ്ടകളും ഗോഷ്ഠികളും കാണിക്കുന്നതുകണ്ടപ്പോൾ ഉർവ്വശിക്ക് ആളെ തിരിച്ചറിഞ്ഞു.

'ഹേ മഹാത്മൻ! അങ്ങ് എന്താണ് ആഗ്രഹിക്കുന്നത്. ഞാൻ താങ്കളുടെ ആജ്ഞ അനുസരിക്കാം. വിഡ്ഢി ബ്രാഹ്മണൻ പറഞ്ഞു: 'അല്ലയോ സുന്ദരീ, നിങ്ങളെ എനിക്കായി, സമർപ്പിച്ച് എന്റെ ജീവൻ നിലനിർത്തിയാലും.'

ഉർവ്വശി പറഞ്ഞു. 'ഞാനിപ്പോൾ ഒരു പാവന അനുഷ്ഠാനത്തിലാണ്. കുറച്ചു സമയം ഞാൻ വരുന്നതുവരെ കാത്തിരിക്കൂ.'

നിൽക്കാമെന്ന് ബ്രാഹ്മണൻ സമ്മതിച്ചു. ഒരുമാസം കഴിഞ്ഞ്

ഉർവ്വശി തിരിച്ചുവന്നപ്പോൾ അത്രയും കാലം നദീതീരത്തിൽ ഉപവാസം അനുഷ്ഠിച്ചുകൊണ്ട് നിൽക്കുന്ന മെലിഞ്ഞുണങ്ങി വിവശനായ ബ്രാഹ്മണനെ കണ്ടു. ഉടൻ ഉർവ്വശി വേഷപ്രച്ഛന്നയായി; ഒരു വൃദ്ധശരീരം കൈക്കൊണ്ടു. അവൾ മത്സ്യോദരിയിൽ പോയി. പഞ്ചസാരയും നെയ്യും തേനും ചേർത്ത ഒരു മിശ്രിതമുണ്ടാക്കി. കുളിച്ച് എന്തോ ഉദ്ദേശത്തോടെ ആ നദീതീരത്തുതന്നെ നിന്നു. ആ സുന്ദരി ബ്രാഹ്മണനെ വിളിച്ചുവരുത്തി പറഞ്ഞു. സൗഭാഗ്യത്തിനുവേണ്ടി, അല്ലയോ ബ്രാഹ്മണാ! ഞാനൊരു തീവ്രയജ്ഞം അനുഷ്ഠിച്ചു. വ്രതാവസാനത്തിൽ ഞാനീ ദാനം നൽകുന്നു. അങ്ങ് ഇത് സ്വീകരിച്ചാലും.

ബ്രാഹ്മണൻ അത് പരിശോധിച്ച് പറഞ്ഞു. ഹേ! ഭദ്രേ ശർക്കരയും തേനും പൊടിയും ചേർത്ത ഈ മിശ്രിതം എനിക്ക് സ്വീകരിക്കാനാവില്ല. ഒരു സിദ്ധശ്രേഷ്ഠന്റെ മുന്നിൽ വെച്ച് ഉർവ്വശി എന്നെ കുറിച്ചറിയാൻ വേണ്ടി, ഞാൻ മിശ്രിതഭക്ഷണം കഴിക്കുകയില്ലെന്ന് പ്രതിജ്ഞ ചെയ്തിട്ടുണ്ട്.

അവൾ വീണ്ടും അദ്ദേഹത്തോടു പറഞ്ഞു. താങ്കൾ ഭക്ഷിക്കുന്നില്ലെങ്കിൽ വേണ്ട. ഗൃഹത്തിലേക്കു കൊണ്ടുപോയ്ക്കോളൂ. ഇതിനു മറുപടിയായി അദ്ദേഹം പറഞ്ഞു. ഞാനിപ്പോൾ ഗൃഹത്തിലേക്കു പോവുന്നില്ല. സൗന്ദര്യത്തിൽ മൂന്നുലോകങ്ങളെയും മറിക്കുന്ന ഉർവ്വശി ഇവിടെ വന്നിരുന്നു. എന്റെ പ്രണയാഭ്യർത്ഥന കേട്ടപ്പോൾ 'കുറച്ചുസമയം ഇവിടെ കാത്തിരിക്കൂ, ഞാൻ വരും എന്നുപറഞ്ഞ് ആശ്വസിപ്പിച്ചു. നിൽക്കാമെന്ന് ഞാനും പറഞ്ഞു. ഒരു മാസമായി അവൾ പോയിട്ട്. അവളുടെ സമാഗമത്തിനായി, പ്രേമത്തിലും സത്യത്തിലും ഉറച്ച് ഞാൻ ഇത്രയുംകാലമായി ഇവിടെ കാത്തുനിൽക്കുകയാണ്.

അയാളുടെ വാക്കുകൾ കേട്ട ഉർവ്വശി തന്റെ അതിസുന്ദരരൂപത്തെ ധരിച്ചു. ചിരിച്ചുകൊണ്ട് ഭാവഗാംഭീര്യത്തോടെ ബ്രാഹ്മണനോടു പറഞ്ഞു.

'അല്ലയോ ബ്രാഹ്മണാ, ഞാൻ തന്നെയാണ് ഉർവ്വശി. താങ്കളെ പരീക്ഷിക്കുവാൻ വന്നതാണ്. താങ്കൾ സ്ഥിരചിത്തനായ മഹർഷി തന്നെ. രൂപതീർത്ഥമെന്ന് പ്രസിദ്ധമായ സൂകരവത്തിലേക്ക് പുറപ്പെട്ടുകൊള്ളൂ. താങ്കൾ വലിയൊരു സിദ്ധികൈവരിക്കും. അപ്പോൾ എന്നെ പ്രാപിക്കുകയും ചെയ്യും. ഇത്രയും പറഞ്ഞ് ഉർവ്വശി സ്വർഗ്ഗ

ത്തിലേക്കു പോയി. സത്യതപസ്വിയായ ബ്രാഹ്മണൻ രൂപതീർത്ഥ ത്തിലേക്കു പോയി. നിയമവ്രതാനുഷ്ഠാനങ്ങളാൽ പരിശുദ്ധനായി ദേഹമുപേക്ഷിച്ച് ഗന്ധർവ്വലോകത്തിലേക്കു പോയി.

ഏറെക്കാലം കഴിഞ്ഞ് ഒരു ഉത്തമവംശത്തിൽ രാജാവായി ജന്മ മെടുത്തു. പ്രജാക്ഷേമതൽപരനായി ഭരണം നടത്തി. എണ്ണമറ്റ യാഗ ങ്ങൾ നടത്തി. അവസാനം രാജ്യം പുത്രന്മാരെ ഏല്പിച്ച് രൂപ തീർത്ഥത്തിലേക്കു വീണ്ടും ചെന്നു. അവിടെ ദേഹത്യാഗം ചെയ്ത് ഇന്ദ്രലോകത്ത് ചെന്നു. ഉർവ്വശിയുടെ സമാഗമനത്തിനായി പ്രസിദ്ധ നഗരമായ പ്രതിഷ്ഠാനത്തിൽ ബുധന്റെ പുത്രനായ പുരൂരവസ്സായി ജനിച്ചു.

നാരദനും കാമദമനനും

മഹാപ്രതാപശാലിയും അതിപ്രസിദ്ധനുമായിരുന്ന അഗ്നീധ്രമഹാരാജാവിന്റെ പുത്രനായ കാമദമനൻ ഒരു പുണ്യാത്മാവായിരുന്നു. പുത്രന്റെ വിവാഹം നടന്ന് കാണാൻ അതിയായി ആഗ്രഹിച്ച രാജാവ് മകനെ എത്ര നിർബന്ധിച്ചിട്ടും സന്നദ്ധനായില്ല.

'പിതാവേ, വിഷ്ണുപരിചരണം ഞാൻ സ്വീകരിച്ചിരിക്കുന്നു. അതിൽപ്പരമൊരു പരിണയം മറ്റൊന്നില്ല.' മഹാരാജാവ് ധർമസങ്കടത്തിലായി. മകനേ, ഞാൻ നിന്റെ അച്ഛനാണ്. പിതൃതാല്പര്യം പരിഗണിക്കേണ്ടത് പുത്രധർമ്മമാണ്. പിതാവിന്റെ ആഗ്രഹം അറിഞ്ഞുചെയ്യുന്നവൻ ഉത്തമപുത്രൻ. ഇരിക്കട്ടെ, ഞാൻ ആവശ്യപ്പെട്ടിട്ടും അതു ചെയ്യാതിരിക്കുന്നത് പുണ്യാത്മാവായ നിനക്കു ഭൂഷണമല്ല.

അച്ഛന്റെ വാക്കുകൾ കേട്ടപ്പോൾ കാമദമനൻ പറഞ്ഞു: "എന്റെ നിലപാടിന് അതിന്റേതായ കാരണങ്ങളുണ്ടെന്നറിഞ്ഞാലും. എനിക്ക് ജനനമരണങ്ങളും വാർദ്ധക്യങ്ങളും അനവധി ഉണ്ടായതാണ്. പൂർവജന്മവൃത്താന്തങ്ങൾ പറഞ്ഞാൽ തീരാത്തത്രയുമാണ്. അനേകജന്മങ്ങൾ കടന്ന് ഞാനെത്തിച്ചേർന്നത് തപസ്സനുഷ്ഠിക്കുന്ന മുനിയായി വർത്തിക്കേണ്ട ഒരു കുടുംബത്തിലായിരുന്നു. ലോകനാഥനായ ജനാർദ്ദനനിൽ ഞാൻ അചഞ്ചലനായിരുന്നു. എന്റെ ഭക്തിയിലും വ്രതോപവാസാദികളിലും സംപ്രീതനായ ഭഗവാൻ എനിക്കു മുമ്പിൽ പ്രത്യക്ഷനായി. വരം ആവശ്യപ്പെട്ടുകൊള്ളാൻ അനുമതി തന്നു. ഞാൻ ചോദിച്ചു. 'ഭഗവാനേ ഭാഗ്യം, ധനം, സ്നേഹം, സന്താനങ്ങൾ, ആരോഗ്യം ഇവയൊന്നുമല്ല; എനിക്കു വരമായി ചോദിക്കാനുള്ളത് വിഷ്ണുമായ സംബന്ധിച്ച് മാത്രമാണ്. അത് എനിക്കറിയണം, ദയവായി കാട്ടിത്തരണം.' അപ്പോൾ ഭഗവാൻ പറഞ്ഞു. 'ആരും എന്റെ മായ അറിയുന്നില്ല. ഇനി ഒരിക്കലും അറിയുകയുമില്ല. ബ്രഹ്മപുത്രനായ മഹാമുനി നാരദൻ എന്റെ വലിയ ഭക്തനായിരുന്നു. ഒരിക്കൽ അദ്ദേഹം ആരാധനയാൽ

എന്നെ പ്രീതിപ്പെടുത്തി. വരം നൽകാനായി ചെന്നപ്പോൾ നാരദരും ഇതേവരമാണ് തേടിയത്. വിഷ്ണുമായ അറിയണമെന്ന വരം ചോദിച്ചപ്പോൾ ഭഗവാൻ പറഞ്ഞു. താങ്കൾ ആ കാണുന്ന ജലത്തിൽ മുങ്ങിയാൽ എന്റെ മായ എന്തെന്നറിയും. അപ്പോൾ നാരദൻ ജലത്തിൽ മുങ്ങുകയും കാശി രാജാവിന്റെ മകളായ സുശീലയായി മാറുകയും ചെയ്തു. പുത്രിയെ കാശിരാജാവ് വിദർഭ രാജകുമാരന് വിവാഹം ചെയ്ത് കൊടുത്തു. അവർക്ക് സന്താനങ്ങളും ചെറുമക്കളുമുണ്ടായി. ഒരിക്കൽ കാശിരാജാവ് വിദർഭരാജാവായിരുന്ന സുധർമനുമായി യുദ്ധം ചെയ്യേണ്ടിവന്നു. മക്കളും ചെറുമക്കളുമെല്ലാം യുദ്ധത്തിൽ പങ്കെടുത്തത് സുശീല അറിഞ്ഞു. അവർ പോർക്കളത്തിലെത്തി; മൃത്യുവരിച്ച തന്റെ ഭർത്താവിനെയും മക്കളേയും ചെറുമക്കളേയും കണ്ട് വിലപിച്ചുകൊണ്ടിരുന്നു. പിന്നീട്, അവൾ തന്റെ അച്ഛൻ, ഭർത്താവ്, പുത്രന്മാർ, പൗത്രന്മാർ തുടങ്ങിയവരുടെ മൃതദേഹങ്ങൾ ചുടലപ്പറമ്പിൽ കൊണ്ടുപോയി സംസ്കരിക്കാനുള്ള ചിതയൊരുക്കി. അവൾ തന്നെ ചിതക്ക് തീ കൊളുത്തി. അഗ്നി ആളിക്കത്താൻ തുടങ്ങിയപ്പോൾ, എന്റെ പുത്രാ! എന്റെ പുത്രാ എന്ന് നിലവിളിച്ചുകൊണ്ട് അഗ്നിയിലേക്കു എടുത്തുചാടി. ആ നിമിഷം തന്നെ അവൾ നാരദമഹർഷിയായി. അഗ്നി തണുത്തു. ആ സ്ഥാനത്ത് ജലാശയം തെളിഞ്ഞു. അതിൽ നിന്ന് ശംഖ ചക്രഗദാധാരിയായ ഭഗവാൻ പ്രത്യക്ഷപ്പെട്ടു. മന്ദസ്മിതത്തോടെ നാരദമഹർഷിയോടു പറഞ്ഞു: ‘അല്ലയോ മഹാമുനേ, ആരാണ് താങ്കളുടെ പുത്രൻ? ആരെ വിളിച്ചു നിലവിളിക്കുന്നു? ലജ്ജിച്ചു നിൽക്കുന്ന നാരദരോടായി ഭഗവാൻ വീണ്ടും പറഞ്ഞു.

അല്ലയോ നാരദാ! ഇതാണ് ബഹുവിധമായ മായക്ക് ദൃഷ്ടാന്തം. ബ്രഹ്മാവിനോ, ഇന്ദ്രനോ, രുദ്രനോ, മറ്റാർക്കെങ്കിലുമോ മനസ്സിലാക്കാൻ കഴിയാത്ത ഈ മായയെ താങ്കൾ എങ്ങനെ മനസ്സിലാക്കും? മഹർഷി പിന്നീട് ആവശ്യപ്പെട്ടത് ഒറ്റക്കാര്യം മാത്രം. ‘ഭഗവാനേ എനിക്ക് താങ്കളിലുള്ള ഭക്തി തന്നാലും.’ വിഷ്ണു ഇത്രയും പറഞ്ഞ് കാമദമനന്റെ മുഖത്തു സൂക്ഷിച്ചുനോക്കി. സംതൃപ്തി തെളിഞ്ഞു കാണാഞ്ഞപ്പോൾ ഭഗവാൻ പറഞ്ഞു. ചില കാര്യങ്ങൾ പറഞ്ഞാൽ അറിയില്ല; അനുഭവിച്ച് തന്നെ അറിയണം. ആ കാണുന്ന കോകമുഖതീർത്ഥത്തിൽ ചെന്നു മുങ്ങുക. എല്ലാം മനസ്സിലാവും. കോകമുഖതീർത്ഥത്തിൽ മുങ്ങിയ ആ ബ്രാഹ്മണൻ

ഒരു ചണ്ഡാലഗൃഹത്തിൽ സ്ത്രീയായി ജനിച്ചു.

സുന്ദരിയും ഗുണവതിയുമായ അവൾ പ്രായപൂർത്തിയായപ്പോൾ ഒട്ടും സൗന്ദര്യമില്ലാതിരുന്ന സുബാഹു എന്ന ചണ്ഡാലനെ വിവാഹം കഴിച്ചു. അവൾ അന്ധരായ രണ്ടാൺമക്കൾക്കും ബധിരയായ ഒരു പെൺകുട്ടിക്കും ജന്മം നൽകി. ഭർത്താവിന്റെ ദാരിദ്ര്യത്തിൽ അവൾക്ക് വലിയ ദുഃഖമുണ്ടായിരുന്നു. ദിവസേന നദിക്കരയിൽ പോയിരുന്ന് കരഞ്ഞ് കരഞ്ഞ് ആശ്വാസം കൊള്ളുമായിരുന്നു. ഒരു ദിവസം ഒരു കുടവുമായി നദിയിലേക്കു പോയി. കുളിക്കാനിറങ്ങിയ അവൾ പെട്ടെന്നു തന്നെ ആചാരാനുഷ്ഠാനങ്ങൾ പാലിച്ച്പോന്ന യാഗാദികർമങ്ങളിൽ തൽപരനായ പഴയ ബ്രാഹ്മണനായി മാറി.

കുറെ നേരമായിട്ടും തന്റെ ഭാര്യയെ കാണാതായപ്പോൾ ഭർത്താവ് അവളെ അന്വേഷിച്ച് നദിക്കരയിലെത്തി. നദിക്കരയിൽ കുടം മാത്രമേ കാണാനായുള്ളൂ. അയാൾ ഉറക്കെ കരഞ്ഞുപോയി.

അപ്പോഴേക്കും അയാളുടെ അന്ധരായ രണ്ട് പുത്രന്മാരും ബധിരയായ പുത്രിയും അവിടെ വന്നു. വിലപിക്കുന്ന പിതാവിനെ കണ്ട് അവർക്ക് ദുഃഖം താങ്ങാനായില്ല. അയാൾ നദിക്കരയിലുണ്ടായിരുന്ന ബ്രാഹ്മണരോടു ചോദിച്ചു. 'നിങ്ങൾ ഈ നദിയിൽ ജലമെടുക്കാൻ വന്ന ഒരു സ്ത്രീയെ കണ്ടോ?

അവർ പറഞ്ഞു. 'അവർ ഈ നദിയിലേക്ക് ഇറങ്ങുന്നതു കണ്ടു. പക്ഷെ തിരിച്ചുകയറിയില്ല.' അയാളുടെ കണ്ണുകളിൽ നിന്നു കണ്ണീർ വർഷം തന്നെയുണ്ടായി.

മക്കളോടൊപ്പം വിലപിക്കുന്ന അയാളെ കണ്ടപ്പോൾ ആ ചണ്ഡാലസ്ത്രീ താൻ തന്നെയായിരുന്നല്ലോ എന്നോർത്തു. ബ്രാഹ്മണൻ അയാളോടു ചോദിച്ചു. കരഞ്ഞതുകൊണ്ടെന്തു കാര്യം. നിങ്ങൾക്കവളെ തിരിച്ചുകിട്ടില്ല. അയാൾ പറഞ്ഞു. 'അന്ധരായ രണ്ടാൺമക്കൾ, മകൾ ബധിരയും അല്ലയോ ബ്രാഹ്മണാ! ഞാനെങ്ങനെ സഹിച്ച് ഇവരെ വളർത്തും?'

വിലപിക്കുന്ന അയാളെ പിന്തിരിപ്പിക്കാൻ തന്റെ ജീവിതത്തിലുണ്ടായ സംഭവങ്ങൾ മുഴുവൻ പറഞ്ഞു കേൾപ്പിച്ചു. അപ്പോൾ അയാൾ ആ കോകതീർത്ഥത്തിൽ മുങ്ങി. പവിത്രമായ ആ പുണ്യതീർത്ഥത്തിൽ മുങ്ങിയ മാത്രയിൽ അയാളുടെ എല്ലാപാപങ്ങളും ഇല്ലാതായി. വ്രതാനുഷ്ഠാനങ്ങൾ മുറക്ക് നടത്തിയതിനാൽ

സ്വർഗ്ഗത്തിലേക്കു പോയി. അതിൽ പിന്നീടാണ് താങ്കളുടെ പുത്രനായി ജന്മം കിട്ടിയത്. ഹരിയുടെ കാരുണ്യത്തിൽ തനിക്ക് എല്ലാം ഓർക്കാൻ കഴിയുന്നുണ്ട്. ഇത്രയും പറഞ്ഞ് അച്ഛനെ വണങ്ങി അദ്ദേഹം കോകാമുഖത്തേയ്ക്ക് പോയി. വിഷ്ണുവിനെ ആരാധിച്ചു. ആ പരമാത്മാവിന് അങ്ങനെ സിദ്ധി ലഭിച്ചു.

ശംഭുവിന്റെ വിവാഹം

വരപ്രസാദത്താൽ അതിശക്തനായ താരകൻ തന്റെ മഹാപരാക്രമത്താൽ സകലർക്കും സ്വൈരക്കേട് വരുത്തി. ദേവന്മാരുടെ ഐശ്വര്യം മുഴുവൻ അപഹരിച്ചെടുത്തു. ദുഃഖിതരായ ദേവന്മാർ ഇന്ദ്രനോടൊപ്പം പാലാഴിയിൽ ശയിച്ചിരുന്ന വിഷ്ണുവിനെ സമീപിച്ച് ഇങ്ങനെ ഉണർത്തിച്ചു.

'ഭഗവാനേ ഞങ്ങൾ, ധർമസങ്കടത്തിലാണ്. ലോകസ്രഷ്ടാവും അസുരഹന്താവും, സൃഷ്ടിസ്ഥിതിസംഹാരത്തിന് പ്രാപ്തനുമായ അങ്ങല്ലാതെ ആപത്തിൽപ്പെട്ട് കഷ്ടത്തിലായവരെ സംരക്ഷിക്കാൻ മറ്റാരുമില്ല. താരകപരാക്രമത്തിൽ സർവവും നഷ്ടപ്പെട്ടിരിക്കുന്ന ഞങ്ങളെ അങ്ങു സംരക്ഷിച്ചാലും.'

ഭഗവാൻ ചോദിച്ചു. താരകാസുരൻ എന്തുപദ്രവമാണ് ചെയ്യുന്നത്? താരകാസുരനോട് എതിരിടാൻ പ്രാപ്തിയില്ലാത്തവരാണോ ദേവന്മാർ? നിങ്ങൾ ഭയപ്പെടാതെ കാര്യം പറയൂ.

'തപഃശ്ശക്തികൊണ്ടോ യുദ്ധം ചെയ്തോ ശാപംകൊണ്ടോ അയാളെ കീഴടക്കാൻ കഴിയുന്നില്ല. ജനിച്ചിട്ട് പത്തുദിവസമായിട്ടില്ലാത്ത കുട്ടിയിൽനിന്നു മാത്രമേ അയാൾക്ക് മരണം സംഭവിക്കൂ. ഇനി ഞങ്ങൾ എന്തുചെയ്യണമെന്ന് ഉപദേശിച്ചാലും.' ദേവന്മാർ ആവശ്യപ്പെട്ടു.

താനതിൽ സമർത്ഥനല്ലെന്നു നാരായണൻ പറഞ്ഞു. ശക്തിമാനായ ഒരു പുത്രനുണ്ടായി; അയാളിൽനിന്നു മാത്രമേ ലോകപീഡനം നടത്തുന്ന താരകനു തോൽവി സംഭവിക്കൂ. നമുക്കൊരുമിച്ച് ഇതിനായി പ്രവർത്തിക്കാം. ശിവൻ വിവാഹിതനാകുന്നതിനുവേണ്ടിയാണ് ആദ്യം പരിശ്രമിക്കേണ്ടത്. ദേവന്മാരെല്ലാം ഹിമവാന്റെ അടുത്തേക്കു പോയി. ഹിമവാനോടും പത്നിയോടുമായി ഇങ്ങനെ പറഞ്ഞു. 'ലോകപാവനയായി വർത്തിക്കുന്ന ശക്തി ദേവന്മാരുടെ കാര്യസാധ്യത്തിനുവേണ്ടി ഇപ്പോൾ നിങ്ങളുടെ ഗർഭത്തിൽ പ്രവേശിച്ചിട്ടുണ്ട്. ശിവന്റെ പത്നിയായിത്തീരാനാണ് ഭൂമിയിൽ

അവൾ അവതരിക്കുന്നത്.

ഹിമവാനും മേനയും ദേവവാക്യം സസന്തോഷം കേട്ടു. ലോകമാതാവായ ഗൗരി ഹിമവാന്റെ ഭവനത്തിൽ ഭൂജാതയായി. അവൾ സദാസമയവും ശിവപൂജയിൽ മുഴുകി. ദേവഗണങ്ങളുടെ ആഗ്രഹപ്രകാരം അവൾ ഹിമവൽപാർശ്വത്തിൽ തപസ്സുതുടങ്ങി. എന്നാൽ ശിവനാകട്ടെ തന്നെത്തന്നെയറിയാതെ മഹാതപസ്സിലാണ്. അങ്ങനെയിരിക്കെ പാർവതി തപസ്സുചെയ്യുന്നത് ശിവൻ എങ്ങനെ അറിയാനാണ്?

ദേവന്മാർ കഠിനമായി ആലോചന തുടങ്ങി. 'പുഷ്പബാണനായ കാമദേവൻ ശാന്തനായ ശിവനെ പൂവമ്പ് കൊണ്ട് സ്പർശിക്കട്ടെ. അപ്പോൾ പാർവതിയിൽ മനസ്സുപെട്ട് അവളെ വിവാഹം കഴിച്ചുകൊള്ളും. പഞ്ചബാണന്റെ അസ്ത്രങ്ങൾ വൃഥാവിലാകില്ല. അങ്ങനെ വിവാഹം നടന്ന് ജനിക്കുന്ന കുട്ടി താരകനെ കൊല്ലും.' അവർ അങ്ങനെ വിശ്വസിച്ചിരുന്നു.

ദുഷ്കരമായ പ്രവൃത്തിചെയ്യാൻ രതിയോടൊപ്പം കാമദേവൻ ശിവന്റെ മുമ്പിലെത്തി. 'അധൃഷ്യനായ ലോകഗുരുവിനെയാണ് ഞാൻ എന്റെ അസ്ത്രങ്ങൾക്ക് വിധേയമാക്കേണ്ടത്. മൂന്നുലോകങ്ങളെയും കീഴടക്കാൻ കരുത്തുള്ള അസ്ത്രമാണ് തന്റേത്.' എന്നാൽ ആദ്യമായി ഒരു പതർച്ച അനുഭവപ്പെടുന്നതായി കാമദേവന് തോന്നലുണ്ടായി. ചിന്തിച്ചുനിൽക്കുമ്പോഴേക്കും ശിവൻ തന്റെ മൂന്നാം കണ്ണിൽനിന്നും അഗ്നിപ്രവഹിപ്പിച്ച് കാമനെ എരിച്ചുകളഞ്ഞിരുന്നു. ദേവന്മാർ ഭക്ത്യാദരപൂർവം ശിവനെ വണങ്ങി. അവർ ശിവനോട് അപേക്ഷിച്ചു. ദേവന്മാർക്ക് താരകാസുരനിൽ നിന്ന് മോചനം വേണം. അങ്ങു പാർവതിയെ വിവാഹം ചെയ്താൽ അതു നടക്കും.

മനസ്സിളക്കം തട്ടിയ ശിവൻ ദേവവചനം പരിഗണിച്ചു. മഹാന്മാർ പരന്മാർക്ക് വേണ്ടി പ്രവർത്തിക്കുമ്പോൾ സ്വന്തം ഇഷ്ടാനിഷ്ടങ്ങൾ നോക്കാറില്ല. വിഷ്ണു വസിഷ്ഠൻ, അരുന്ധതി എന്നിവർ വിവാഹാലോചനയുമായി പോയി. കാര്യങ്ങൾക്കെല്ലാം തീരുമാനമായി. അങ്ങനെ ശിവനും ഹിമവാനും ബന്ധുക്കളായി മാറി.

ബലിയുടെ മഹാദാനം

ബലി എന്നുപേരായ ഒരു ദൈത്യനുണ്ടായിരുന്നു. ആർക്കും തോല്പിക്കാനാവാത്ത ആ ദേവശത്രുവിന് തുല്യരായി ആരുമുണ്ടായിരുന്നില്ല. ധർമസംരക്ഷണം, പ്രജാസംരക്ഷണം ഗുരുഭക്തി, ബലം, ത്യാഗം, ക്ഷമ എന്നിവയിലെല്ലാം അദ്ദേഹം ഒന്നാമനായിരുന്നു.

ദേവന്മാർ പരസ്പരം ചോദിച്ചു. 'എങ്ങനെ നാം ബലിയെ തോല്പിക്കും? അദ്ദേഹം രാജ്യം ഭരിച്ചപ്പോൾ നാട്ടിൽ ദുഷ്ടന്മാരേ ഉണ്ടായിരുന്നില്ല. ശത്രുക്കളില്ല; അസുഖങ്ങളില്ല; അതിവൃഷ്ടിയോ അനാവൃഷ്ടിയോ ഇല്ല; അധർമമശേഷമില്ല. ഇല്ല എന്നവാക്കു പോലും ഉണ്ടായില്ല.

ദേവന്മാർ എല്ലാവരും കൂടി വിഷ്ണുവിനെ സമീപിച്ചു. അവർ പറഞ്ഞു. 'ജഗന്നായകാ, ഞങ്ങൾ ആർത്തന്മാരാണ്. അങ്ങ് നാഥനായുള്ളപ്പോഴും ഞങ്ങൾക്കിങ്ങനെ ദുഃഖം വരാൻ കാരണമെന്താണ്? അങ്ങയുടെ ഐശ്വര്യത്തിൽ നിന്ന് ഓജസ്സുനേടി മൂന്നു ലോകങ്ങളേയും ജയിച്ച ഞങ്ങൾ എങ്ങനെ ബലിയെ നമസ്കരിക്കും?'

വിഷ്ണുപറഞ്ഞു. 'ദൈത്യനായ ബലി എന്റെ ഭക്തനാണ്. സുരന്മാർക്കോ അസുരന്മാർക്കോ അദ്ദേഹത്തെ വധിക്കാനാവില്ല. നിങ്ങളെപ്പോലെതന്നെ ഞാൻ സംരക്ഷണം കൊടുക്കുന്ന ആളാണ് ബലിയും. ഒരു യുദ്ധംകൂടാതെ ബലിയെ ബന്ധിച്ച് രാജ്യം ഞാൻ നിങ്ങൾക്ക് നൽകിക്കൊള്ളാം.'

ഇത്രയും കേട്ടപ്പോൾ ദേവന്മാർക്ക് തൃപ്തിയായി. അവർ മടങ്ങിപ്പോയ ഉടൻതന്നെ വിഷ്ണു അദിതിയുടെ ഗർഭപാത്രത്തിൽ പ്രവേശിച്ചു. ആ ശിശുവിന്റെ ജനനം ഒരു മഹോത്സവമായി മാറി. വാമനരൂപിയായി വിഷ്ണു അവതരിച്ചു. ഇതിനിടയിൽ അശ്വമേധത്തിനൊരുങ്ങുകയായിരുന്നു ബലി. ധാരാളം മഹർഷിമാരെ ക്ഷണിച്ചു. വേദവേദാംഗസാരം ഗ്രഹിച്ചിട്ടുള്ള ശുക്രനെ പുരോ

ഹിതനാക്കി. ബലി യജമാന യാഗത്തിൽ ദേവഗന്ധർവ പന്നഗൻ മാത്രം യാഗാംശം ഭുജിക്കാൻ എത്തിയിരുന്നു. സാവധാനം യാഗ ശാലക്കരികിൽ വാമനൻ എത്തിച്ചേർന്നു. കുടയും കമണ്ഡലുവു മണിഞ്ഞ അദ്ദേഹം യാഗത്തെ പുകഴ്ത്തി സംസാരിച്ചു. ഭാര്യയോ ടൊപ്പം, യാഗദീക്ഷയിലിരിക്കുന്ന ദാനശീലനായ ബലിയോട്; കാര്യ ങ്ങളുടെ നിജസ്ഥിതി മനസ്സിലായ ശുക്രാചാര്യർ പറഞ്ഞു. 'അങ്ങ യുടെ യാഗശാലക്കരികിൽ എത്തിയിരിക്കുന്ന വാമനൻ ബ്രാഹ്മ ണനല്ല മഹാവിഷ്ണുതന്നെയാണ് യാചിക്കാൻ വന്നിരിക്കുന്നത്. ആലോചന കൂടാതെ ദാനമരുത്.'

ബലി പറഞ്ഞു. ഞാൻ ആർക്കുവേണ്ടിയാണോ യാഗം നടത്തു ന്നത് ആ ആൾ നേരിട്ട് എന്റെ യാഗശാലയിൽ വന്നിട്ട് എന്തെ ങ്കിലും യാചിച്ചാൽ ഞാൻ പിന്നെ എന്തിന് കൂടുതൽ ആലോചി ക്കണം? പത്നീസമേതനായ ബലി അതിഥിയെ സ്വീകരിക്കാനെ ത്തി. 'അങ്ങയുടെ ആഗമനത്തിന്റെ ലക്ഷ്യമെന്താണ്? എന്നു ചോദിച്ചു എനിക്കിരിക്കാൻ മൂന്നടി ഭൂമി മാത്രം മതി എന്നു പറ ഞ്ഞപ്പോൾ ശരി എന്നു സമ്മതിച്ച് രത്നാലംകൃതകലശത്തിൽ നിന്ന് ജലമെടുത്ത് ദാനജലംകൊടുത്ത് ദാനം നടത്തി. ഋഷിമാരും ശുക്രാ ചാര്യരും നോക്കിനിന്നു. ദേവന്മാർ ജയശബ്ദം മുഴക്കി. വാമനൻ പറഞ്ഞു. അങ്ങേയ്ക്കു നന്മവരട്ടെ. തരാമെന്നു സമ്മതിച്ച ഭൂമി തരൂ. ശരി എന്നു പറഞ്ഞ് ബലി വാമനനെ നോക്കിയപ്പോഴേക്കും വാമ നൻ ചന്ദ്രനും സൂര്യനും തന്റെ സ്തനങ്ങൾക്കിടയിലാവുന്നത്ര വലു പ്പത്തിൽ വളർന്നു കഴിഞ്ഞു.

ഇതുകണ്ട് വിനയാന്വിതനായി ബലി പറഞ്ഞു. അങ്ങേയ്ക്കാ വുന്നത്ര അളന്നെടുത്തുകൊള്ളൂ. ദേവലോകംവരെ ഞാൻ പിടിച്ചെ ടുത്തിട്ടുണ്ട്. വിഷ്ണുപറഞ്ഞു. ഞാനിതാ അളന്നെടുക്കുന്നു. കൂർമ ത്തിന്റെ പുറത്ത് കാലുവെച്ച് ബലിയുടെ യാഗശാല അളന്നു. രണ്ടാ മത്തെ പാദം ബ്രഹ്മലോകത്തിലായിരുന്നു. മൂന്നാമത്തെ കാൽവെ യ്ക്കാൻ ഇടമില്ലല്ലൊ, ഇടംതരൂ വാമനൻ ബലിയോടു പറഞ്ഞു. ഭാര്യസമേതനായ ബലി ചിരിച്ചുകൊണ്ട് തൊഴുകൈയ്യോടെ പറഞ്ഞു.

"സുരേശ്വരാ ലോകസ്രഷ്ടാവ് അങ്ങാണ്; ഞാനല്ല. ഭൂമി കുറ വാണെങ്കിൽ അതങ്ങയുടെ ദോഷം കൊണ്ടാണ്. ഞാനെന്തു ചെയ്യും? ഞാനൊരിക്കലും കള്ളം പറഞ്ഞിട്ടില്ല. മൂന്നാമത്തെ എന്റെ

ശരീരത്തിൽ വെച്ച് എന്നെ സത്യസന്ധനാക്കിയാലും. വിഷ്ണുവിന് സന്തോഷമായി. ഞാൻ സന്തുഷ്ടനായി, ഇഷ്ടമുള്ള വരം ചോദിച്ചുകൊള്ളൂ. എന്നു പറഞ്ഞ ക്ഷണത്തിൽ ബലി പറഞ്ഞു. ഞാൻ യാചിക്കില്ല.

സംപ്രീതനായ വിഷ്ണു. തന്റെ ഇഷ്ടത്തിനനുസരിച്ച് രസാതലത്തിന്റെ ആധിപത്യവും ഭാവിയിൽ ഇന്ദ്രപദവിയും ഒരിക്കലും അവസാനിക്കാത്ത സൽകീർത്തിയും നൽകി, പുത്രനോടും പത്നിയോടുമൊപ്പം സ്വന്തമായുള്ളതെല്ലാം തിരിച്ചുകൊടുത്ത് ബലിയെ രസാതലത്തിൽ വാഴിച്ചിട്ട് ഇന്ദ്രന് ദേവലോകം കൊടുത്തു.

ഗംഗാതീർത്ഥം

ഉമ മഹേശ്വരന്റെ പത്നിയായ സമയം മുതൽതന്നെ ഗംഗയും മഹേശ്വരന് പ്രിയപ്പെട്ടവളായിരുന്നു. ശിവനെന്തിനേക്കാളും പ്രിയം ഗംഗയോടായിരുന്നു. രസികത്വവും പാവനത്വവും നിറഞ്ഞുനിന്നിരുന്നവളായിരുന്നു ഗംഗ.

തന്റെ ശിരസ്സിൽ ഗംഗയുണ്ടെന്ന് ഉമയ്ക്കറിയാമായിരുന്നതുകൊണ്ട് ശിവൻ എപ്പോഴും അവളെക്കുറിച്ചുള്ള പ്രത്യേക കരുതൽ കൈക്കൊണ്ടിരുന്നു. എന്തെങ്കിലും കാരണവശാൽ ഗംഗജടയിൽ നിന്നും പുറത്തിറങ്ങാൻ ശ്രമിച്ചാൽ ശിവൻ ഉടൻ മറച്ചുവെക്കുമായിരുന്നു. ശിവൻ ശിരസ്സിൽ ഗംഗയെ ധരിക്കുന്നത് ഉമയ്ക്ക് ഇഷ്ടമായിരുന്നില്ല. അവളെ ഉപേക്ഷിക്കണമെന്ന് പറഞ്ഞുകൊണ്ടേയിരുന്നു. രസികനായ ശിവന് തനിക്കു രസം പകരുന്ന ഗംഗയെ ഉപേക്ഷിക്കാൻ തയ്യാറായില്ല.

ഉമ അതീവദുഃഖിതയായി. എങ്ങനെയാണ് ഗംഗയെ ശിവനിൽ നിന്ന് കളയുക എന്ന ചിന്തമാത്രമായി. ഒരിക്കൽ വിനായകൻ ജയ സ്കന്ദൻ എന്നിവരോട് ജടയിൽ ഗംഗയെ ഒളിപ്പിച്ചിരിക്കുന്ന ശിവനെ കുറ്റപ്പെടുത്തി സംസാരിച്ചു. 'ദേവന്മാരോ അസുരന്മാരോ യക്ഷന്മാരോ സിദ്ധന്മാരോ നിങ്ങളോ വിചാരിച്ചാൽ ശിവൻ ഗംഗയെ ഉപേക്ഷിക്കില്ല. ഞാൻ ഹിമാലയത്തിലേക്ക് വീണ്ടും തപസ്സ് ചെയ്യാൻ പോവുകയാണ്. ഇതുകേട്ട് വിനായകൻ പറഞ്ഞു. 'ജയയും സ്കന്ദനുമായി ആലോചിച്ചിട്ട് അച്ഛന്റെ ശിരസ്സിൽ നിന്ന് ഗംഗയെ താഴെയിറക്കാൻ വേണ്ടതു ഞാൻ ചെയ്യാം.'

ഇതിനിടയിൽ നാട്ടിൽ അനാവൃഷ്ടി വന്നുപെട്ടു. സ്ഥാവരജംഗമങ്ങൾ മുഴുവൻ നശിച്ചു. എന്തഭീഷ്ടവും സാധിച്ചുതരുന്ന ഗൗതമന്റെ പാവനമായ ആശ്രമം മാത്രം അവശേഷിച്ചു. ദേവയജ്ഞഗിരിയിൽ സ്ഥാവരജംഗമങ്ങളെ സൃഷ്ടിക്കാനുള്ള യാഗം തുടങ്ങി. അന്നുമുതൽ അത് ബ്രഹ്മഗിരിയെന്നറിയപ്പെട്ടു. ഗൗതമമഹർഷി അവിടെയാണുള്ളത്. ആധിവ്യാധികളോ കോപതാപങ്ങളോ, ഭയ

ശോകങ്ങളോ അവിടെ കേട്ടുകേൾവിപോലുമില്ലാതായി. ഗൗതമൻ ചെയ്യുന്ന ഹോമത്തിൽ നിന്നു കിട്ടുന്നതല്ലാതെ ദേവന്മാർക്ക് ജീവ നോപാധിയായി യതൊന്നുമുണ്ടായിരുന്നില്ല. ദേവലോകത്തിലും മർത്ത്യലോകത്തിലും ദാതാവും ഭോക്തവും ഒരാൾ മാത്രം. മറ്റ് ആശ്രമങ്ങളിലുണ്ടായ മഹർഷിമാരും അനുവാദം ചോദിച്ച് ഇവി ടേക്ക് വരാൻ തുടങ്ങി. ഗൗതമൻ എല്ലാവരേയും പുത്രന്മാരെയും ശിഷ്യന്മാരെയുമെന്നപോലെ പരിപോഷിപ്പിച്ചു. ഗൗതമന്റെ തപഃശ്ശ ക്തിയാൽ വിചാരിക്കുമ്പോൾ തന്നെ വിത്തുപാകുകയും വിതക്കു മ്പോൾ തന്നെ മുളച്ചുവലുതാവുകയും അപ്പോൾ തന്നെ ഭക്ഷിക്കാ നുതകുകയും ചെയ്തിരുന്നു. കൊല്ലങ്ങളോളം എല്ലാവരെയും മക്ക ളെപ്പോലെ സംരക്ഷിച്ച് ഗൗതമൻ ലോകോത്തരമായ പ്രശസ്തി നേടി.

വിനായകൻ സഹോദരൻ സ്കന്ദനോടും അമ്മയോടും ജയയോ ടുമായി പറഞ്ഞു. 'ദേവന്മാർക്കുപോലും ചെയ്യാൻ കഴിയാത്ത കാര്യം ഗൗതമൻ ചെയ്തിരിക്കുന്നു. ഇന്ന് ദേവലോകത്തു പോലും അദ്ദേഹം പ്രകീർത്തിക്കപ്പെടുന്നു. അദ്ദേഹത്തെ കൊണ്ട് ഗംഗയെ അച്ഛന്റെ ശിരസ്സിൽനിന്ന് മാറ്റാൻ ശ്രമിക്കാം.'

ജയയോടും സഹോദരനോടുമൊപ്പം വിനായകൻ ഗൗതമമ ഹർഷി തപസ്സുചെയ്യുന്ന സ്ഥലത്തെത്തി. കുറച്ചുദിവസം അവിടെ താമസിച്ചു. അവിടെയുണ്ടായിരുന്ന ബ്രാഹ്മണരോട് അധികകാലം ഇവിടെ താമസിക്കേണ്ടതില്ല നമുക്കു തിരിച്ചുപോകാം എന്നുപറ ഞ്ഞു. മഹർഷിയോട് യാത്ര പറഞ്ഞിറങ്ങാൻ തുനിയവേ സ്നേഹ ത്തോടെ അവരെ തടഞ്ഞു; ഒരു മകനെപ്പോലെ നിങ്ങളെ ശുശ്രൂ ഷിക്കാൻ ഞാനുള്ളപ്പോൾ നിങ്ങൾ വേറെ ആശ്രമത്തിലേക്ക് പോകുന്നത് ശരിയല്ല.

മഹർഷിയുടെ വാക്കുകേട്ട വിനായകൻ ഇങ്ങനെ ചിന്തിച്ചു. ബുദ്ധി പ്രയോഗിക്കേണ്ട സന്ദർഭമാണിത്. അദ്ദേഹം ജയയോടു പറഞ്ഞു. 'ഗോവിന്റെ രൂപം ധരിച്ച് നീ ഗൗതമന്റെ അടുത്ത് ചെല്ലൂ. വിവരം മറ്റാരും അറിയരുത്. അവിടത്തെ സസ്യങ്ങളൊക്കെ തിന്നു നശിപ്പിക്കണം. ആരെങ്കിലും വന്ന് ഓടിക്കുകയോ അടിക്കുകയോ ചെയ്താൽ ഉറക്കെ ശബ്ദമുണ്ടാക്കണം. ജീവനില്ലാത്തപോലെ, എന്നാൽ മരിക്കാത്തപോലെ അഭിനയിക്കണം.

വിഘ്നേശ്വരൻ പറഞ്ഞതെല്ലാം ജയ അനുസരിച്ചു ഗോവിന്റെ

രൂപം ധരിച്ച് ഗൗതമന്റെ അടുത്തെത്തി. സസ്യങ്ങൾ തിന്നാൻ തുടങ്ങി. ഗൗതമൻ ഇതുകണ്ട് പുല്ലെടുത്ത് അവളെ തടഞ്ഞു. അപ്പോഴേക്കും ശബ്ദമുണ്ടാക്കിക്കൊണ്ട് അവൾ താഴേക്ക് വീണു. ഗൗതമന്റെ പ്രവൃത്തിയും ശബ്ദവും കേട്ട് വിഷമം തോന്നിയ ബ്രാഹ്മണർ പറഞ്ഞു. 'ഞങ്ങൾ ആശ്രമത്തിൽ നിൽക്കുന്നില്ല. പോവുകയാണ്. യാത്ര ചോദിക്കുന്നു. ബ്രാഹ്മണർ ഇങ്ങനെ പറഞ്ഞു പോകുന്നതുകണ്ട് ഗൗതമൻ വജ്രപാതമേറ്റതുപോലെ താഴെവീണു.

രുദ്രന്മാരുടെ മാതാവായ, ലോകത്തിനു പ്രിയങ്കരിയായ ദേവി താഴെ വീണുകിടക്കുന്നു! തീർത്ഥ സ്വരൂപിണിയായ ഇവൾ താഴെ വീണുകിടക്കുമ്പോൾ ഞങ്ങൾക്കു പോകാൻ മാത്രമേ കഴിയൂ. അങ്ങയുടെ ആശ്രമത്തിൽ ഇനിയും കഴിഞ്ഞാൽ ഞങ്ങൾ സ്വരൂപിച്ച തപശ്ശക്തി നശിച്ചുപോകും. ഞങ്ങൾ വെറും താപസന്മാരാണ്. മറ്റൊരു ധനം ഞങ്ങൾക്കില്ല.' ബ്രാഹ്മണന്മാരുടെ മുമ്പിൽ വിനീതനായി ഗൗതമൻ പറഞ്ഞു. ഈ ദോഷത്തിൽ നിന്ന് നിങ്ങൾ എന്നെ മുക്തനാക്കണം. വിനായകൻ പറഞ്ഞു. ഈ സന്നിഗ്ദ്ധാവസ്ഥയിൽ എന്തു പറയാനാണ്. ഗൗതമൻ അപേക്ഷിച്ചു. 'ഞാൻ എന്തു വേണമെങ്കിലും ചെയ്യാനൊരുക്കമാണ്. നിങ്ങൾ നിർദ്ദേശിച്ചാൽ മാത്രം മതി.

വിനായകൻ പറഞ്ഞു. എല്ലാവർക്കും ഹിതകരമായ കാര്യമാണ് ഞാൻ പറയുന്നത്. മുനിമാരും ഗൗതമമഹർഷിയും അതിന് എന്നെ അനുവദിക്കണം. ബ്രഹ്മാവിന്റെ കമണ്ഡലുവിലുണ്ടായ ജലം ഇപ്പോൾ ശിവന്റെ ജടാചൂഡത്തിലാണെന്നാണ് കേൾക്കുന്നത്. പെട്ടെന്ന് തപസ്സുകൊണ്ട് ശിവനെ പ്രസാദിപ്പിച്ച് ആ ജലം ഇവിടേക്കെത്തിക്കൂ. ഭൂമിയിൽ വീണുകിടക്കുന്ന ഗോമാതാവിനെ ആ ജലം കൊണ്ട് അഭിഷേകം ചെയ്ത് എഴുന്നേൽപ്പിക്കൂ. എന്നാൽ ഞങ്ങൾ ഇവിടെത്തന്നെ താമസിച്ചുകൊള്ളാം.

ഇതുപറഞ്ഞപ്പോൾ അവിടെ പുഷ്പവൃഷ്ടിയുണ്ടായി. ജയശബ്ദവും മുഴങ്ങി. വിനായകനും ബ്രാഹ്മണരും പോയിക്കഴിഞ്ഞപ്പോൾ തനിക്കെന്താണ് സംഭവിച്ചതെന്ന് ധ്യാനശക്തികൊണ്ട് അന്വേഷിച്ചു. ഗൗതമൻ മഹാദേവനെ ആരാധിച്ച് പ്രീതിപ്പെടുത്താനായി ബ്രഹ്മഗിരിയിൽ നിന്ന് കൈലാസത്തിലേക്ക് പുറപ്പെട്ടു. കൈലാസത്തിൽ ചെന്ന് ദർഭവിരിച്ച് അതിലിരുന്ന് സ്തോത്രങ്ങൾ ചൊല്ലിത്തുടങ്ങി. ലോകരക്ഷകനായ ഉമാപതിയോടൊപ്പം ഉമയും

ചേർന്നു നിൽക്കുന്നതുകൊണ്ടാണ് സകലജീവജാലങ്ങളുടേയും അചരങ്ങളുടേയും കുറ്റമറ്റ നിലനിൽപ്പ് സംഭവിക്കുന്നത് ഇക്കാണുന്ന വിഭൂതിയെല്ലാം ശിവന്റേതാണ്. ലോകനന്മക്കുവേണ്ടി എപ്പോഴെല്ലാം ശിവൻ മായാരൂപം ധരിക്കുന്നുവോ അപ്പോഴൊക്കെ അതിനോടു ചേരുന്ന രൂപം ധരിച്ച് അങ്ങയോടുള്ള ഭക്തി ഉമ പ്രകടിപ്പിക്കാറുണ്ട്.

ഇങ്ങനെ ഗൗതമൻ സ്തുതിച്ചുകൊണ്ടിരിക്കേ ഉമാസഹിതനായി ശിവൻ അവിടെയെത്തി. ഞാൻ അങ്ങയിൽ സംതൃപ്തനാണ്. എന്തു വരമാവശ്യപ്പെട്ടാലും നൽകാൻ തയ്യാറാണ് എന്നറിയിച്ചു. ഗൗതമൻ പറഞ്ഞു. അങ്ങയേയും ദേവിയേയും ഭജിക്കുന്നവർക്കെല്ലാം അവരുടെ ആഗ്രഹപൂർത്തി കൈവരുത്തണം. അങ്ങ് ജടയിൽ കൊണ്ടുനടക്കുന്ന ഗംഗയെ സകലർക്കുമായി ലഭ്യമാകുന്നതിലേക്ക് വഴിയുണ്ടാക്കണം. ജടയിൽ നിന്ന് മോചിപ്പിച്ചാൽ ബ്രഹ്മഗിരിയിൽ തുടങ്ങി സമുദ്രത്തിലെത്തുന്നതുവരെ എല്ലാവരുടേയും പുണ്യസങ്കേതമായിരിക്കണം. മനസാ വാചാ കർമണാ ചെയ്തിട്ടുള്ള പാപങ്ങളും മഹാപാപങ്ങളും ഇതിലെ സ്നാനം കൊണ്ട് ഇല്ലാതാകണം.

ഗൗതമന്റെ വാക്കുകളെല്ലാം അങ്ങനെ തന്നെ ആയിത്തീരട്ടെ എന്ന് ശിവൻ വാക്കുകൊടുത്തു. ഇതിനേക്കാൾ ഉത്തമമായ ഒരു തീർത്ഥസ്ഥാനം ഇതിനു മുമ്പുണ്ടായിട്ടില്ല; ഇനി ഉണ്ടാവുകയുമില്ല. ഇതു സത്യം സത്യം സത്യം! ഇത്രയും പറഞ്ഞ് ശിവൻ അന്തർധാനം ചെയ്തു.

ഭഗീരഥപ്രയത്നം

സൂര്യവംശത്തിലെ ഇക്ഷ്വാകുവംശത്തിൽ സഗരൻ എന്ന രാജാവ് ഉണ്ടായിരുന്നു. അദ്ദേഹത്തിന്റെ പേരിലാണ് സാഗരം അറിയപ്പെടുന്നത്. ധർമാനുഷ്ഠാനനിരതനും പ്രജാക്ഷേമതൽപരനുമായ രാജാവ് എണ്ണമറ്റ യാഗങ്ങൾ നടത്തി; അനവധിയായ ദാനങ്ങൾ ചെയ്തു.

രണ്ടുഭാര്യമാരുണ്ടായിരുന്നു സഗരന്. എന്നാൽ മക്കളുണ്ടായിരുന്നില്ല. ദുഃഖിതനായ അദ്ദേഹം വസിഷ്ഠനെ വിളിച്ച് തന്റെ വിഷമങ്ങൾ അറിയിച്ചു. പത്നിമാരോടൊപ്പം മഹർഷിപൂജ നടത്തൂ എന്ന് വസിഷ്ഠർ പറഞ്ഞു.

ഇതിൽപ്പിന്നീട് ഒരു തപോധനൻ രാജർഷിയുടെ മന്ദിരത്തിലെത്തി. രാജാവ് മഹർഷിയെ യഥാവിധി പൂജിച്ചു. സംപ്രീതനായ മുനി വരം ചോദിച്ചുകൊള്ളാൻ അനുജ്ഞനൽകി. പുത്രന്മാരുണ്ടാകണം എന്ന് രാജാവ് ആവശ്യപ്പെട്ടു. ഒരു പത്നിയിൽ ഒരു മകനും മറ്റൊരുവളിൽ അറുപതിനായിരും പുത്രന്മാരും ഉണ്ടാകുമെന്ന് മഹർഷി അനുഗ്രഹിച്ചു.

ധാരാളം ദക്ഷിണ കൊടുത്തു പല അശ്വമേധങ്ങളും നടത്തി. ഒരു അശ്വമേധം നടത്തിയിട്ട് മക്കളെയാണ് യാഗാശ്വത്തെ സംരക്ഷിക്കാൻ നിയോഗിച്ചത്. യാഗാശ്വത്തെ ഇന്ദ്രൻ അപഹരിച്ചു. എവിടെയൊക്കെ അന്വേഷിച്ചിട്ടും കുതിരയെ കണ്ടെത്താനായില്ല. രാക്ഷസന്മാർ ഈ കുതിരയെ മോഷ്ടിച്ച് പാതാളത്തിലേക്കു പോയി. മായാശക്തികൊണ്ട് മറഞ്ഞിരുന്ന അവരെ കണ്ടുപിടിക്കാൻ കഴിഞ്ഞില്ല. സഗരന്റെ അറുപതിനായിരം പുത്രന്മാരും യുദ്ധോദ്യുക്തരായി പലപാട് ഉഴറി നടന്നു.

വനങ്ങൾ, പർവ്വതങ്ങൾ, സരസ്സുകൾ എന്നുവേണ്ട ദേവലോകത്തുവരെ അന്വേഷണം തുടർന്നു. യാഗാശ്വം സംബന്ധിച്ച് ഇനി എന്തുചെയ്യണമെന്നറിയാതെ രാജാവ് ചിന്താധീനനായി. സഗരപുത്രന്മാർ സ്വർഗ്ഗത്തിലെത്തി. അവിടെവെച്ച് ഒരശരീരി ഉണ്ടായി.

'കുതിരയെ പാതാളത്തിൽ കെട്ടിയിട്ടുണ്ട്. വേറെങ്ങും തിരയേണ്ട തില്ല.' പാതാളത്തിലേക്കു വഴി ഉണ്ടാക്കാനായി സഗരപുത്രന്മാർ ഭൂമി കുഴിച്ചു. വിശക്കുമ്പോൾ വരണ്ട മണ്ണുമാത്രം ഭക്ഷണമാക്കി. രാപ്പകൽ ഖനനം ചെയ്ത് അവർ പാതാളത്തിലെത്തി.

പ്രബലരായ സഗരപുത്രന്മാർ എത്തിയിരിക്കുന്നു എന്നറിഞ്ഞ രാക്ഷസന്മാർ കുതിരയെ കപിലമഹർഷിയുടെ അടുത്തുകൊണ്ടു പോയി. കുതിരയെ ഉറങ്ങുന്ന കപിലമഹർഷിയുടെ തലയ്ക്കടു ത്തുകെട്ടി അവർ മിണ്ടാതെ ദൂരെ മാറി നിന്ന് എന്താണ് സംഭവി ക്കുന്നതെന്ന് നോക്കി. കപിലമഹർഷി ദേവപ്രീതിക്കായി അത്യ ധ്വാനം ചെയ്ത് ക്ഷീണിച്ചപ്പോൾ തനിക്കുറങ്ങാൻ ശല്യമില്ലാത്ത ഒരു സ്ഥലം വേണമെന്ന് അഭ്യർത്ഥിച്ചു. പാതാളത്തിൽ അതിനുള്ള സൗകര്യമുണ്ടെന്നു പറഞ്ഞതനുസരിച്ചാണ് കപിലൻ പാതാളത്തി ലെത്തിയത്. തനിക്ക് നിദ്രാഭംഗം വരുത്തുന്നവരായാലും അവരെ താൻ ശപിച്ചു ഭസ്മമാക്കുവെന്ന് ദേവന്മാരോട് അന്നേ പറഞ്ഞിരു ന്നതാണ്. ഇക്കാര്യമറിയാവുന്നതുകൊണ്ട് തന്നെയാണ് രാക്ഷസ ന്മാർ ഇങ്ങനെ ചെയ്തത്.

പാതാളത്തിലെത്തിയ സഗരപുത്രന്മാർ കുതിരയെയും അതി നടുത്ത് കിടന്നുറങ്ങുന്ന ആളെയുമാണ് കണ്ടത്. തങ്ങളുടെ യാഗം മുടക്കാൻ ഇയാളാണ് കുതിരയെ അപഹരിച്ചതെന്ന് ധരിച്ച സഗര പുത്രന്മാർ കപിലമുനിയെ പ്രഹരിക്കാൻ തുടങ്ങി. അധിക്ഷേപ ങ്ങൾ ചൊരിഞ്ഞു. മഹർഷി കണ്ണുതുറന്നു എല്ലാവരേയും നോക്കി. കോപാഗ്നിയില് എല്ലാവകരും കത്തിച്ചാമ്പലായി. വ്രതത്തിലായി രുന്ന സഗരൻ ഇതൊന്നുമറിഞ്ഞില്ല. പിന്നീട് നാരദൻ ചെന്നുപറ ഞ്ഞപ്പോഴാണ് കപിലന്റെ അവസ്ഥയും കുതിര അവിടെ ഉണ്ടെന്ന കാര്യവും തന്റെ മക്കളുടെ നാശവുമെല്ലാം രാജാവറിയുന്നത്. എന്തു ചെയ്യണമെന്നത് സംബന്ധിച്ച് രാജാവിന് ഒരു എത്തും പിടിയും കിട്ടിയില്ല.

സഗരന് വേറൊരു പുത്രനുണ്ടായിരുന്നു; അസമഞ്ജസ്സ്. കുട്ടി ക്കാലം മുതലേ ദുഷ്ടനായിരുന്നു അയാൾ. കുട്ടികളെയും ജനങ്ങ ളെയുമൊക്കെ ഉപദ്രവിക്കും. ചിലപ്പോൾ പിടിച്ച് വെള്ളത്തിലിട്ടു കൊല്ലും. ജനങ്ങൾ രാജാവിനോടു പരാതി പറഞ്ഞു. ക്ഷുഭിതനായ രാജാവ് മകനെ നാടുകടത്തി. അയാൾ കാട്ടിലേക്കു പോയി.

സഗരൻ ധർമസങ്കടത്തിലായി. അറുപതിനായിരം പുത്രന്മാരു

ണ്ടായിട്ടും എല്ലാവരും ഭസ്മമായി. ഒരാളുണ്ടായിരുന്നത് വനത്തിലും പെട്ടു. പിന്നീട് അസമഞ്ജസ്സിന്റെ പുത്രൻ അംശുമാനെ വിളിച്ച് യാഗം രക്ഷിക്കണമെന്നു പറഞ്ഞു. കുട്ടിയായ അംശുമാൻ കപില മഹർഷിയെ ചെന്നുകണ്ടു. അംശുമാൻ താണുകേണപേക്ഷിച്ച പ്പോൾ; സന്തുഷ്ടനായ മുനി കുതിരയെ കൊണ്ടുപോയ്ക്കൊള്ളാൻ അനുവദിച്ചു. അങ്ങനെ യാഗം പൂർത്തിയാക്കി. ഈ അംശുമാന്റെ മകനാണ് ദിലീപൻ. ദിലീപന്റെ മകൻ ഭഗീരഥൻ.

തന്റെ പൂർവികർക്കുണ്ടായ ദോഷത്തെക്കുറിച്ചറിഞ്ഞപ്പോൾ ഭഗീ രഥൻ സഗരനോടു ചോദിച്ചു. ഇവരുടെ കടം വീട്ടാൻ എന്തുചെ യ്യാനാവും. ഇതിനുത്തരം കപിലന് മാത്രമേ തരാനാവൂ എന്നു സഗരൻ പറഞ്ഞു. ഭഗീരഥൻ കപിലമഹർഷിയെ കണ്ടു. കുറേ നേരത്തെ ധ്യാനത്തിനുശേഷം അദ്ദേഹം പറഞ്ഞു: 'ശിവനെ പ്രീതി പ്പെടുത്തി അദ്ദേഹത്തിന്റെ ശിരസ്സിലെ ജലം കൊണ്ടുവന്ന് സ്വന്തം പിതൃക്കളുടെ ശരീരത്തിലൂടെ ഒഴുക്കിയാൽ നിനക്കും പിതൃ ക്കൾക്കും നന്മവരും. അതിനായി കൈലാസപർവതത്തിലേക്കു പോവുക. ശിവനെ തപസ്സുചെയ്യുക. നിന്റെ ആഗ്രഹം സാധിക്കും.'

ഭഗീരഥൻ കൈലാസത്തിലേക്ക് പോയി. കുട്ടിത്തം വിട്ടിട്ടില്ലാത്ത അവൻ പറഞ്ഞു. ഹേ ഭഗവാനേ, ഞാൻ ഒരു കുട്ടിയാണ്. എനിക്ക് കൂടുതലൊന്നുമറിഞ്ഞുകൂട. ഒന്നുമാത്രമറിയാം. മനസാ വാചാ കർമണാ എന്നെ സഹായിക്കുന്നവർക്ക് വേണ്ടി എനിക്ക് ചിലത് ചെയ്യണമെന്നുണ്ട്. ഞാൻ അങ്ങയോട് പ്രാർത്ഥിക്കുന്നത് അത് സാധിച്ചുതരണമെന്നാണ്. ശിവൻ പറഞ്ഞു എന്താവശ്യമുണ്ടെ ങ്കിലും ഞാൻ തീർച്ചയായും നൽകുന്നതാണ്. ഭഗീരഥൻ പറഞ്ഞു തുടങ്ങി. എന്റെ പൂർവികരുടെ മോചനത്തിനുവേണ്ടി അങ്ങയുടെ ശിരസ്സിലുള്ള നദിയാണ് എനിക്കുവേണ്ടത്.

ശിവൻ മന്ദഹസിച്ചുകൊണ്ടു പറഞ്ഞു. 'ഞാനിതാ തന്നിരിക്കു ന്നു. അവളെ പ്രീതിപ്പെടുത്തി കൊണ്ടുപോയ്ക്കൊള്ളൂ. കുട്ടി തികഞ്ഞ ഉത്സാഹത്തോടെ ഗംഗയെ സ്തുതിച്ച് പ്രീതിപ്പെടുത്തി രസാതലത്തിലേക്ക് കൂട്ടിക്കൊണ്ടുപോയി. കപിലമഹർഷിയെ കണ്ട് പ്രദക്ഷിണം നടത്തി.

ഗംഗയോടു ഇപ്രകാരം പറഞ്ഞു. 'ദേവീ, എന്റെ പൂർവ്വികർ കപി ലമഹർഷിയുടെ ശാപമേറ്റ് ഇവിടെ കിടക്കുന്നു. അവരെ അതിൽനിന്ന് രക്ഷിച്ചാലും. ഗംഗ ഭഗീരഥന്റെ വാക്കുകളെ അനു

സരിച്ചു. ചാരമായി കിടന്ന സഗരപുത്രന്മാരെ എഴുന്നേല്പിച്ച് അവരുണ്ടാക്കിയ കുഴികളിൽ നിറഞ്ഞുനിന്നു. ഒഴുക്കിൽപെട്ടുനിൽക്കുന്ന മേരുവിനോടു പറഞ്ഞു. ഇവളുടെ പ്രവർത്തനപഥത്തിൽ എന്നും അങ്ങുണ്ടായിരിക്കണം. ഹിമാലയം അക്കാര്യം സമ്മതിച്ചു. അങ്ങനെ ഹിമാലയത്തിൽ നിന്ന് ഭാരതവർഷം തുടങ്ങി. അതിനു നടുവിലൂടെ പുണ്യനദി കിഴക്കേ സമുദ്രത്തിലെത്തി. മഹേശ്വരനിൽ നിന്ന് വിഷ്ണുവിൽ നിന്ന്, ബ്രഹ്മാവിൽ നിന്ന് ആരംഭിച്ച പുണ്യനദി ഗംഗ ഹിമവാന്റെ ശിഖരത്തിലൂടെ ഒഴുകി രണ്ടായി വിഭജിച്ചു. വിന്ധ്യനു തെക്ക് ഗൗതമിയെന്നും വടക്ക് ഭാഗീരഥി എന്നും അറിയപ്പെടുന്നു.

കപോതതീർത്ഥം

ബ്രഹ്മഗിരിയിൽ മഹാപാതകിയായ ഒരു വേടൻ താമസിച്ചിരുന്നു. അയാളുടെ ശരമേൽക്കാത്ത ജീവജാലങ്ങൾ കുറവാണ്. ഗോക്കളേയും ഋഷികളെയും വരെ അയാൾ ശരവ്യമാക്കിയിരുന്നു. കള്ളം പറയുക, ദ്രോഹിക്കുക, വഞ്ചിക്കുക തുടങ്ങിയ അധാർമികനടപടികൾ വേടന് ശ്വാസോച്ഛ്വാസം കണക്കെ സദാ ഒപ്പം നടത്തിയിരുന്നു. കൈയിൽ കയറും വില്ലുമായി മഹാപാപിയായ വേടൻ എപ്പോഴും മലനിരയിൽ ഉണ്ടാവും. അയാളുടെ ഭാര്യയും കുട്ടികളും എല്ലാം ഇതേതരത്തിൽ തന്നെയാണ് ജീവിതവൃത്തി നടത്തിയിരുന്നത്.

ഭാര്യയുടെ ആവശ്യപ്രകാരം അയാൾ കാട്ടിൽ കടന്ന് പലതരം പക്ഷികളെ പിടിച്ച് കൂട്ടിലാക്കും. ചിലതിനെ ചുട്ടുതിന്നും. ഒരുദിവസം വൈകുന്നേരമായപ്പോൾ ശക്തിയായ ഇടിയും മിന്നലും കാറ്റും മഴയുമെല്ലാം ഒരുമിച്ചുവന്നു. അതിശക്തമായ മഴ; മഴക്കൊപ്പം മുകളിൽനിന്ന് വലിയ പാറക്കഷണങ്ങളും വീണുതുടങ്ങി. ഉൾവനത്തിൽ പെട്ടുപോയ അയാൾക്ക് എങ്ങോട്ടാണ് പോവേണ്ടത് എന്നുപോലുമറിയാതായി.

'എല്ലാ ജീവജാലങ്ങളേയും കൊന്നൊടുക്കുന്ന തന്നെ എന്നെ ഈ പാറകൾ കൊല്ലുമെന്നു തോന്നുന്നു. രക്ഷപ്പെടാൻ ഒരു വഴിയും കാണുന്നില്ലല്ലൊ.' അയാൾ ചിന്താകുലനായി. കൂരിരുട്ടിൽ തെളിയുന്ന നക്ഷത്രം കണക്കെ അഭയമേകാൻ പ്രാപ്തമായ ഒരു പർവതം അയാളുടെ ദൃഷ്ടിയിൽപെട്ടു. ഉടൻ അയാൾ അതിൽ കയറി, ഒരു വൃക്ഷക്കൊമ്പിൽ നിലയുറപ്പിച്ചു. നനഞ്ഞുകുതിർന്നു തണുത്ത് വിറച്ചുകൊണ്ട് അയാൾ ഭാര്യയേയും മക്കളേയും ഓർത്തു. തനിക്കിനി ജീവിതം തുടരാനാവുമോ എന്ന് ഭയപ്പെട്ടു.

സൂര്യൻ അസ്തമിച്ചു.

ആ പർവ്വതത്തിൽ പുത്രപൗത്രന്മാരോടൊപ്പം ഒരു പ്രാവ് താമസിക്കുന്നുണ്ടായിരുന്നു. ഭയാശങ്കകളേതുമില്ലാതെ സുഖസംതൃപ്തനായി അതവിടെ താമസിക്കാൻ തുടങ്ങിയിട്ട് വർഷങ്ങളേറെയാ

യി. കപോതത്തിന്റെ പത്നിയാകട്ടെ ഭർത്താവിന്റെ സ്നേഹ വായ്പും കരുതലും ആവോളം അനുഭവിച്ച് തന്റെ മക്കളുടെ പരി ചരണവുമായി സമാധാനത്തോടെ കുടുംബജീവിതം ആസ്വദിച്ചു കൊണ്ടിരുന്നു. ഒരു ദിവസം കപോതവും പത്നിയും ഭക്ഷണമ ന്വേഷിച്ച് പുറത്തുപോയിരുന്നു. എന്നാൽ തിരിച്ചുവരാൻ സമയമാ യിട്ടും പെൺപ്രാവിനെ കണ്ടില്ല. കപോതം കൂട്ടിലേക്ക് പറന്ന് അവി ടെയെല്ലാം തിരക്കി. ഇല്ല, അവൾ എത്തിയിരുന്നില്ല. പർവ്വതത്തിൽ അഭയം തേടിയ വേടൻ ഒരുക്കിയ കൂടിൽ പെൺപ്രാവ് പെട്ട് പോയി രിക്കുന്നു! കപോതമാകട്ടെ രാത്രിയായ സമയത്ത് അമ്മയെ കാണാഞ്ഞ് കരഞ്ഞിരിക്കുന്ന മക്കളെ ആശ്വസിപ്പിച്ച് തന്റെ ഉള്ളിലെ സങ്കടം അടക്കാനാവാതെ കണ്ണീർ പൊഴിച്ചുകൊണ്ടിരുന്നു. അവൾ കൂട്ടിൽപെട്ട കാര്യമൊന്നും കപോതമറിഞ്ഞിരുന്നില്ല.

തന്റെ പ്രിയതമയുടെ ഗുണഗണങ്ങളും സ്നേഹവാൽസല്യ ങ്ങളും ജോലിയിലെ മിടുക്കും സൗന്ദര്യവും അങ്ങനെ അവളുടെ സകലകാര്യങ്ങളും ഉറക്കെപ്പറഞ്ഞു വിലപിക്കാൻ തുടങ്ങി. 'ഹേ പ്രിയേ, എന്റെ ധർമ്മകാര്യങ്ങളിൽ അമ്മയും എന്റെ ശരീരത്തിന്റെ നാഥയും ധർമ്മാർത്ഥ കാമമോക്ഷങ്ങളിൽ കൂട്ടുകാരിയും നീയാ യിരുന്നു. എന്റെ സന്തോഷത്തിൽ ചിരിക്കുകയും ഞാൻ വിഷമി ച്ചാൽ ദുഃഖിക്കുകയും ചെയ്യുന്ന നീ എന്റെ തീരുമാനങ്ങളിൽ എപ്പോഴും സഖിയായിരുന്നു. പതിവ്രത മാത്രമല്ല പതി പ്രാണയാ യിരുന്നു നീ. എന്റെ വാക്കുകൾ അക്ഷരം പ്രതി അനുസരിക്കുമാ യിരുന്നു. നീയാണ ഈ കൂടിന്റെ ലക്ഷ്മി, ഇന്നിപ്പോൾ ഞങ്ങൾ അനാഥരാണ്. എനിക്ക് നിന്നെ കൂടാതെ ജീവിക്കാനാവില്ല. സ്വശക്തി നഷ്ടപ്പെട്ട ഞാൻ ഇനിയെന്തു ചെയ്യും? നമ്മുടെ മക്ക ളുടെ ഗതിയെന്താവും?

കൂട്ടിൽ കിടന്നുകൊണ്ട് പതിയുടെ വിലാപം അവൾ കേട്ടു. പെൺപ്രാവ് ഉറക്കെപ്പറഞ്ഞു തുടങ്ങി. ഹേ ഖഗോത്തമ! ഞാൻ ബന്ധനത്തിലാണ്. ഒരു വേടൻ എന്നെ പിടിച്ചു കൂട്ടിലാക്കി. ഞാനാകെ ക്ഷീണിതയാണ്. എന്നാൽ എന്റെ പതി എന്നെ പ്രകീർത്തിക്കുന്നത് കേൾക്കാൻ കഴിഞ്ഞതിൽ എനിക്ക് അളവറ്റ സന്തോഷമുണ്ട്. സ്ത്രീകളെ സംബന്ധിച്ചിടത്തോളം ഭർത്താവ് സന്തുഷ്ടനാണെങ്കിൽ എല്ലാ ദേവന്മാരുടെയും പ്രസാദം കിട്ടിയ തിനു തുല്യമാണ് എന്റെ ദൈവവും പ്രഭുവും സുഹൃത്തും വ്രതവും

ബ്രഹ്മവും മോക്ഷവും എല്ലാം അങ്ങുതന്നെയാണ്. അങ്ങു വിഷമിക്കരുത്. ധർമാനുഷ്ഠാനത്തിൽ മനസ്സിരുത്തൂ. എന്റെ സൗഭാഗ്യങ്ങൾക്കെല്ലാം കാരണം അങ്ങയുടെ പ്രസാദം ഒന്നുമാത്രമാണ്. എന്നെ ഓർത്തു ദുഃഖിക്കാതെ ധർമം അനുസരിച്ചാലും.

പ്രിയതമയുടെ വാക്കുകൾ കേട്ട ക്ഷണത്തിൽ കപോതം പറന്നുയർന്ന് അവളുടെ അടുത്തെത്തി. കൂട്ടിൽ കിടക്കുന്ന കിളിയേയും മൃതപ്രായനായ വേടനേയും കണ്ടു. വേടൻ അനങ്ങാൻ പോലും കഴിയാതെ കിടപ്പിലാണ്. ഓ! ഇപ്പോൾ തന്നെ നിന്നെ ഞാൻ മോചിപ്പിക്കാമെന്നു പറഞ്ഞ് കപോതം കൂടു തുറക്കാനാഞ്ഞു. പെൺപ്രാവ് പറഞ്ഞു. വേണ്ട, എന്നെ തുറന്നുവിടേണ്ട. വേടന്മാരുടെ ഭക്ഷണം പക്ഷികളാണ്. ഒന്നു മറ്റൊന്നിന് ഇരയാവുന്നത് പ്രകൃതി നിയമമാണ്. ഈ വേടനിൽ ദോഷമെന്നും ഞാൻ കാണുന്നില്ല. തന്റെ അടുത്തുവരുന്നവരെ സന്തോഷപൂർവം സ്വീകരിക്കുക, ഭക്ഷണം കൊടുക്കുക, സംരക്ഷണം കൊടുക്കുക എന്നിങ്ങനെ ഉചിതമായത് ചെയ്താൽ ദൈവപ്രീതി വന്നുചേരും. ക്ഷീണിച്ചു തളർന്ന അതിഥിയെ ദൈവതുല്യം കരുതണം. എല്ലാ യാഗങ്ങളും ഒരുമിച്ച് ചെയ്ത ഫലമാണ് അതിഥിയെ തൃപ്തനാക്കിയാൽ ഉണ്ടാവുന്നത്. ഉപകാരികൾക്ക് ഉപകാരം ചെയ്യുന്നതിലല്ല; അപകടകാരികൾക്കുകൂടി ഉപകാരം ചെയ്യുന്നിടത്താണ് പുണ്യം വന്നുചേരുക.

പ്രിയതമയുടെ ധാർമ്മിക പ്രബോധനങ്ങളിൽ കപോതത്തിന് എന്തെന്നില്ലാത്ത അഭിമാനം തോന്നി. പ്രിയേ നീ പറഞ്ഞതെല്ലാം നമ്മുടെ നീതിബോധത്തിനു ചേരുന്നവയാണ്. എന്നാൽ ദൗർഭാഗ്യമെന്നേ പറയേണ്ടൂ. ആയിരത്തിലൊന്നുപോലും ഈ നിലയിൽ ചിന്തിക്കുന്നില്ല. എല്ലാവർക്കും സ്വന്തം കാര്യം മാത്രമേയുള്ളൂ. ധാന്യങ്ങൾ മുഴുവൻ കുടത്തിലോ പാത്രത്തിലോ പത്തായത്തിലോ സൂക്ഷിക്കുന്നവരാണധികവും. നമുക്ക് കൊക്കുമാത്രമേയുള്ളൂ. സൂക്ഷിച്ചുവെക്കാനാവാത്ത നമ്മൾ എങ്ങനെയാണ് അതിഥിയെ സൽക്കരിച്ച് സംപ്രീതനാക്കുക?

നല്ലവാക്ക്, സ്നേഹസ്പർശം, ജലം, അഗ്നി, പുല്ല്, വിറക് എല്ലാം അതിഥിക്ക് നൽകാനാവും. പ്രിയയുടെ വാക്കുകൾ കേട്ട കപോതം മരത്തിന് മുകളിൽ കയറി ചുറ്റും നോക്കി. ദൂരെ ഒരിടത്ത് തീ കണ്ടെത്തി. അവൻ വേഗം ചെന്ന് തീക്കൊള്ളി കൊക്കിൽവെച്ച് കൊണ്ടുവന്നു. ഉണങ്ങിയ വിറകും പുല്ലും ഇലയുമെല്ലാം എടുത്ത് തീ കത്തി

ച്ചു. വേടൻ തണുത്തു വിറങ്ങലിച്ച തന്റെ ശരീരഭാഗങ്ങൾ ചൂടാക്കി സുഖം പ്രാപിച്ചു. പെൺപ്രാവ് പ്രിയതമനോട് പറഞ്ഞു. ഇനി എന്നെ തുറന്നുവീടൂ. വിശക്കുന്ന വേടന് ഞാൻ എന്റെ ശരീരം ഭക്ഷണമായി കൊടുത്ത് കൊള്ളാം.

കപോതം പറഞ്ഞു. വേണ്ട ഞാൻ അതിഥിയെ സൽക്കരിക്കാം. നീ സമ്മതിച്ചാൽ മാത്രം മതി. ഇത്രയും പറഞ്ഞ് മഹാവിഷ്ണുവിനെ മനസ്സിൽ ധ്യാനിച്ച് ഇഷ്ടം പോലെ അനുഭവിച്ചാലും എന്നു പറഞ്ഞുകൊണ്ട് അഗ്നിയിൽ പ്രവേശിച്ചു. പ്രാവ് തീയിലേക്ക് വീഴുന്നത് വേടൻ കണ്ടു.

വേടൻ പറഞ്ഞു. 'എനിക്കുവേണ്ടി ഈ പക്ഷി ജീവൻ അവസാനിപ്പിക്കുന്നു! മനുഷ്യജന്മം കിട്ടിയിട്ടും മനുഷ്യത്വം തീണ്ടാത്ത എനിക്കായി ഈ കപോതം പ്രാണത്യാഗത്തിന് തയ്യാറായി.' ഇങ്ങനെ വിലപിക്കുന്ന വേടനോടു പെൺപ്രാവ് പറഞ്ഞു. 'എന്നെ വേഗം തുറന്നുവിടൂ. എന്റെ പതി ഇതാ ദൂരേയ്ക്ക് പോയ്ക്കൊണ്ടിരിക്കുന്നു.' വേടൻ കൂടുതുറന്നു. അഗ്നിയേയും പതിയേയും പ്രദക്ഷിണം വെച്ച് അവൾ പറഞ്ഞു. പ്രാണത്യാഗം ചെയ്ത ഭർത്താവിനെ അനുഗമിക്കുക എന്നത് സ്ത്രീയുടെ ധർമ്മമാണ്. പിൻതുടരുന്ന പത്നി സ്വർഗ്ഗത്തിലെത്തിച്ചേരും. കുട്ടികളോട് ക്ഷമചോദിച്ചുകൊണ്ട് അവൾ അഗ്നിയിൽ പ്രവേശിച്ചു. അപ്പോഴേക്കും അന്തരീക്ഷത്തിൽ ജയശബ്ദം മുഴങ്ങി. കപോതത്തെയും പത്നിയേയും സ്വർഗത്തിലേക്ക് ആനയിക്കാൻ സൂര്യശോഭയാർന്ന വിമാനം വന്നുചേർന്നു.

വേടൻ തന്റെ വില്ലും പക്ഷിക്കൂടും ഉപേക്ഷിച്ച് കൈകൂപ്പി പറഞ്ഞു. നിങ്ങൾ എന്നെ ഉപേക്ഷിക്കരുത്. പാപങ്ങൾ ഏറെ ചെയ്തവനാണ് ഞാൻ. എന്നിട്ടുമെനിക്കായി പ്രാണത്യാഗം ചെയ്ത നിങ്ങൾ സ്വർഗ്ഗത്തിലേക്ക് പോകുന്നതിനുമുമ്പ് ഒറ്റക്കാര്യം പറയണം.

ഞാൻ എന്തുചെയ്താണ് ഈ കടം വീട്ടേണ്ടത്. പെൺപ്രാവ് പറഞ്ഞു. ഗൗതമിയിൽ ചെന്ന് മുങ്ങിക്കുളിച്ച് പാപങ്ങൾ പറയൂ. സകലപാപത്തിൽ നിന്നും മുക്തമാവാം. ഗംഗയിൽ കുളിച്ചാൽ അശ്വമേധം നടത്തിയ ഫലം കിട്ടും. വേടൻ അപ്പടി അനുസരിച്ചു. ദിവ്യരൂപം സ്വീകരിച്ച് അപ്സരസ്ത്രീകളാൽ സേവിതനായി മൂന്നുപേരും സ്വർഗ്ഗം പൂകി. അന്നുമുതലാണ് ആ സ്ഥലത്തിന് കപോതതീർത്ഥമെന്നു പേരുണ്ടായത്.

പുരൂരവസ്സിന്റെ ജന്മവൃത്താന്തം

വൈവസ്വത വംശത്തിലെ രാജാവാണ് ഇളൻ. അദ്ദേഹം ഒരിക്കൽ വലിയ സേനാവ്യൂഹവുമായി കാട്ടിൽ നായാട്ടിനുപോയി. ഘോരവനം. കാട്ടുമൃഗങ്ങളും പാമ്പുകളും പക്ഷികളുമെല്ലാം സൈ്വര വിഹാരം നടത്തുന്ന പെരുങ്കാട്. നായാട്ടിൽ മാത്രം മനസ്സുവെച്ച ഇളമഹാരാജാവ് കൂട്ടുവന്ന മന്ത്രിമാരേയും സേനയിൽ വലിയൊരു വിഭാഗത്തേയും നാട്ടിലേക്ക് തിരിച്ചയച്ചു. കാട്ടുജീവിതം ഇഷ്ടപ്പെടുന്ന മൃഗയ ശീലിച്ചിട്ടുള്ള കുറച്ചുപേരെ മാത്രം ഒപ്പം നിർത്തി.

ഇളൻ രത്നങ്ങൾ നിറഞ്ഞ ഒരു ഹിമവത്പ്രദേശത്ത് താമസിച്ചു. ധാരാളം രത്നങ്ങൾ പതിച്ച് അലങ്കരിച്ച ഒരു ഗുഹ അദ്ദേഹത്തിന്റെ ശ്രദ്ധയിൽപെട്ടു. ഉഗ്രകോപിയായ ഒരു യക്ഷനാണ് അവിടെ താമസിക്കുന്നതെന്നറിഞ്ഞു. അദ്ദേഹത്തെ പരിചരിച്ചുകൊണ്ടു സമ എന്നു പേരായ പത്നിയുമുണ്ടായിരുന്നു. സുന്ദരമായ ആ പർവത പ്രാന്തത്തിൽ യക്ഷൻ മാനിന്റെ വേഷം സ്വീകരിച്ച് പത്നിയോടൊപ്പം നൃത്തഗീതങ്ങൾ ചെയ്തുകൊണ്ടു നടക്കുമായിരുന്നു. അതുകൊണ്ടുതന്നെ മൃഗരൂപധരൻ എന്നും അദ്ദേഹത്തിന് പേരുണ്ടായിരുന്നു. എന്നാൽ ഇക്കാര്യമൊന്നും ഇളനറിഞ്ഞുകൂടായിരുന്നു. സുന്ദരമായ യക്ഷഗൃഹത്തിൽ ഇളൻപത്നീസമേതനായി വാസമുറപ്പിച്ചു. ചുറ്റും സൈന്യങ്ങളും നിലയുറപ്പിച്ചു.

മൃഗരൂപധരനായ യക്ഷന് ഈ അധർമത്തിൽ കോപം വന്നു. എന്നാൽ സൈന്യസമേതനായ ഇളനെ ജയിക്കാൻ യക്ഷനാവില്ല. ചോദിച്ചാൽ കിട്ടുകയുമില്ല. വീടു നഷ്ടമായല്ലോ. എന്തു ചെയ്യുമെന്ന് പത്നിയുമായി ആലോചിച്ചു. തുടർന്ന് യുദ്ധത്തിന് തയ്യാറായി. തന്റെ ഭാഗത്തുള്ള ശൂരപരാക്രമികളെല്ലാം അന്ത്യശ്വാസം വലിച്ചു. വീടുനഷ്ടപ്പെട്ട യക്ഷൻ ഇനിയെന്തു വഴിയെന്ന ചിന്തയിൽ മുഴുകി. അദ്ദേഹം ഭാര്യയോട് ഒരു ഉപായം മുന്നോട്ടുവെച്ചു. രാജാവിന്റെ ഗർവം ശമിപ്പിക്കാൻ ഒരു വഴിയുണ്ട്. ഇളൻ താമസിക്കുന്നി

ടത്തേക്ക് ഭവതി പോകണം. ഉമാവനം എന്നറിയപ്പെടുന്ന സ്ഥല ത്തേക്ക് രാജാവിനെ കൂട്ടിക്കൊണ്ടുവരണം. മാനിന്റെ രൂപത്തിൽ ചെന്നാൽ അയാൾ ആകർഷിക്കപ്പെടും. നിന്റെ പിന്നാലെ വന്നു ഉമാവനത്തിൽ പ്രവേശിക്കും. ഇത് നിനക്കുമാത്രമേ സാധിക്കൂ. ഞാൻ പുരുഷനല്ലേ.

യക്ഷപത്നിക്ക് സംശയമായി . അവൾ ചോദിച്ചു. ഉമാവനത്തിൽ ചെന്നാൽ എന്താണ് കുഴപ്പം. അതുപറയാം. ഉമയോടൊപ്പം ശിവൻ ഹിമവാന്റെ കൊടുമുടികളിൽ സഞ്ചരിക്കുകയായിരുന്നു. ഇതിനിടെ പാർവതി ശിവനോട് രഹസ്യമായി പറഞ്ഞു. 'രതികാര്യങ്ങൾ രഹ സ്യമായിരിക്കണമെന്നതിൽ സ്ത്രീകൾക്കു പ്രത്യേക നിർബന്ധമു ണ്ട്. അങ്ങയുടെ സംരക്ഷണത്തിലുള്ള ഒരു പ്രദേശം ഉമാവനം എന്നപേരിൽ എനിക്കുതരണം. അങ്ങും നന്ദിയും ഗണേശനും കാർത്തികേയനുമല്ലാതെ മറ്റാര് അവിടെ കയറിയാലും സ്ത്രീയായി മാറണം.' ശിവൻ ആ നിർദ്ദേശം പൂർണമായി അനുവദിച്ചു. അതു കൊണ്ട് എനിക്ക് ഉമാവനത്തിൽ പോകാൻ പാടില്ലെന്ന് പത്നിയെ ബോധ്യപ്പെടുത്തി.

പതിയുടെ അഭ്യർത്ഥന മാനിച്ച് കാമരൂപിണിയായ് അവൾ ഇളന്റെ മുന്നിലെത്തി. ഇളൻ മാനിനെ കണ്ടു. നായാട്ടിൽ കമ്പം മൂത്ത രാജാവ് ഉടൻ കുതിരപ്പുറത്തു കയറി അതിനെ പിന്തുടർന്നു. രാജാവിൽനിന്ന് മറഞ്ഞുനിന്നും നേരെ വന്നും ഓടിയും നിന്നും പേടി അഭിനയിച്ചും അവൾ രാജാവിനെ തന്റെ പിന്നാലെ വരു ത്തി. ഉമാവനത്തിലേക്ക് രാജാവ് കടന്ന മാത്രയിൽ അവൾ ഒരു സുന്ദരിയായി. ഒരു അശോകവൃക്ഷച്ചുവട്ടിൽ വിലാസവതിയായി ഇരുന്ന് കുതിരപ്പുറത്ത് വരുന്ന രാജാവിനെ നോക്കി ചിരിച്ചു. തന്റെ ഭർത്താവ് പറഞ്ഞിരുന്ന കാര്യങ്ങൾ ഓർത്തുകൊണ്ട് രാജാവിനോട് പറഞ്ഞു. 'അല്ലയോ ഇളേ കുതിരപ്പുറത്ത് ഒരു സ്ത്രീ ഒറ്റയ്ക്ക് എവിടേപ്പോവുന്നു.'? ഇളേ എന്നുവിളിച്ചതുകേട്ട് രാജാവിന് എന്തെ ന്നില്ലാത്ത കോപം വന്നു. അവളെ ശകാരിച്ചു. മൂന്നുലോകങ്ങളേയും ജയിച്ച തന്റെ വില്ല് ചൂണ്ടികാട്ടി രാജാവ് സുന്ദരിയോടു ചോദിച്ചു. 'ഇതെന്താണെന്നറിയാമോ'? സുന്ദരി പറഞ്ഞു. എനിക്കറിയാം. എന്നാൽ നിങ്ങൾക്ക് നിങ്ങളെ അറിയില്ലെന്നുണ്ടോ? ഒന്നു തന്ന ത്താൻ നോക്കൂ. അപ്പോൾ രാജാവ് തന്റെ കൈയ്യുകൾക്കിടയിൽ ഉയർന്നുനിൽക്കുന്ന സ്തനങ്ങൾ കണ്ടു. തനിക്കെന്താണ് സംഭവി

ച്ചതെന്ന് അത്ഭുതപ്പെട്ടു. 'എനിക്കെന്താണ് സംഭവിച്ചത്. എല്ലാം നിങ്ങൾക്കറിയാം. തുറന്നുപറഞ്ഞാലും; രാജാവ് അപേക്ഷിച്ചു.

ഹിമവാന്റെ ഗുഹയിൽ വസിക്കുന്ന യക്ഷന്റെ പത്നിയാണ് ഞാൻ. ഞങ്ങളുടെ താമസസ്ഥലത്താണ് അങ്ങ് ഇപ്പോൾ താമസിക്കുന്നത്. അങ്ങ് യക്ഷനെ തോല്പിച്ചുകളഞ്ഞു. അങ്ങയെ പുറത്താക്കാനാണ് ഞാൻ മാൻപേടയായി അങ്ങയെ ഉമാവനത്തിലേക്ക് ആകർഷിച്ചത്. അവിടെ പ്രവേശിക്കുന്ന പുരുഷൻ സ്ത്രീയായിത്തീരുമെന്നത് ശിവനിശ്ചയമാണ്. അങ്ങനെയാണ് അങ്ങ് സ്ത്രീയായത്. ഇതുകേട്ട ഇളൻ കുതിരപ്പുറത്തുനിന്നു താഴെ പതിച്ചു.

അയാളെ ആശ്വസിപ്പിച്ചുകൊണ്ട് അവൾ പറഞ്ഞു. ഭവിതവ്യം ഭവത്യേവ എന്നാണല്ലോ. പെണ്ണായിപ്പോയി. തിരിച്ചു പുരുഷനാവാൻ സാദ്ധ്യമല്ല. സ്ത്രീകൾക്കുചിതമായ നൃത്തഗീതാദികൾ പഠിച്ചുകൊള്ളൂ.

ഇള ചോദിച്ചു. ഞാൻ എന്താണ് ചെയ്യേണ്ടത്. വീണ്ടും പുരുഷനാകാൻ എന്തെങ്കിലും വഴിയുണ്ടാകുമോ? യക്ഷപത്നി പറഞ്ഞു തുടങ്ങി. ഈ വനത്തിന്റെ കിഴക്കുഭാഗത്ത് സോമസുതനായ ബുധൻ വസിക്കുന്നുണ്ട്. സുന്ദരനായ അദ്ദേഹം ഇതുവഴിയാണ് അച്ഛനെ കാണാൻ പോവാറുള്ളത്. നിങ്ങൾ ബുധനെ പരിചയപ്പെട്ടാൽ ആഗ്രഹങ്ങളെല്ലാം ബുധൻ നടത്തിത്തരും. ഇത്രയും പറഞ്ഞ് യക്ഷപത്നി അപ്രത്യക്ഷയായി. ഇളയാകട്ടെ ആടിയും പാടിയും സ്ത്രീചേഷ്ടകളുമായി കഴിഞ്ഞുവന്നു. പിതാവിനെ വന്ദിക്കാൻ പോകുന്നവഴി ബുധൻ നൃത്തം ചെയ്തുകൊണ്ടിരിക്കുന്ന ഇളയെ കാണാനിടവന്നു. ബുധൻ ചോദിച്ചു; നിനക്ക് എന്റെ ഭാര്യയായിരിക്കാമോ? എങ്കിൽ പത്നിമാരിൽ ഏറ്റവും പ്രിയപ്പെട്ടവൾ നീയായിരിക്കും. യക്ഷപത്നിയുടെ വാക്കുകൾ ഓർത്ത ഇള ബുധന്റെ അഭ്യർത്ഥന സ്വീകരിച്ചു. ബുധൻ ഇളയോടൊപ്പം സുഖമായി വസിച്ചു. കാലം കുറേ കഴിഞ്ഞു. ഒരിക്കൽ ബുധൻ ഇളയോടു ചോദിച്ചു. എന്റെ മനസ്സിലെ സന്തോഷത്തിന്റെ സൂചകമായി എന്താണ് നിനക്കു ഞാൻ തരേണ്ടത്? അവൾ ആവശ്യപ്പെട്ടത് തനിക്ക് ഒരു മകനുണ്ടാവണമെന്നാണ്.

ലോകവിശ്രുതനായ ഒരു ക്ഷത്രിയൻ നിനക്കു മകനായി ജനിക്കുമെന്നും സൂര്യതേജസ്വിയായ അവൻ സോമവംശത്തിന്റെ ആരംഭമാവുമെന്നും പറഞ്ഞു. ബുധന്റെ മകൻ പിറക്കുമ്പോഴേക്കും സുരേ

ശ്വരന്മാരെല്ലാം അവിടെ എത്തി. ബ്രഹ്മാവും ആഗതനായി. ജനിച്ച കുട്ടി ഉറക്കെ കരഞ്ഞു. ഇവൻ പുരൂരവസ്സായിരിക്കട്ടെ എന്ന് വന്നു കൂടിയവരെല്ലാം കൂടി പറഞ്ഞു. ബുധൻ മകനെ അസ്ത്രവിദ്യയും ശാസ്ത്രവിദ്യയും നന്നായി പഠിപ്പിച്ചു. ശുക്ലപക്ഷത്തിലെ ചന്ദ്രനെപ്പോലെ അവൻ വേഗം വളർന്നു. അമ്മ സദാ ദുഃഖിതയായി കാണപ്പെട്ടതിനാൽ മകൻ ചോദിച്ചു.

എന്റെ അച്ഛൻ ഭവതിക്ക് ഏറെ പ്രിയപ്പെട്ടവനാണ്. ഞാൻ കർമ്മനിരതനായ പുത്രനുമാണ്. എന്നിട്ടും ഭവതിക്ക് എന്താണൊരു വിഷമം?

ഇള : മകനേ നീ പറഞ്ഞതു നേരാണ്. ഭർത്താവും പുത്രനുമല്ല എന്റെ ദുഃഖകാരണം. നേരത്തെ നടന്ന ചില കാര്യങ്ങൾ ആലോചിച്ചാണ് എന്റെ വേവലാതി.

പുരൂരവസ് : മനസ്സിലുള്ളതെന്തായാലും തുറന്നു പറഞ്ഞോളൂ. ഏതു രീതിയിലായാലും മാതാപിതാക്കളുടെ വേദനയകറ്റാൻ കഴിയാത്ത പുത്രൻ ജീവിച്ചിരുന്നിട്ട് ഫലമില്ല.

അവൾ ചുടുനിശ്വാസങ്ങൾ പൊഴിച്ചുകൊണ്ട് എല്ലാം പറഞ്ഞു. ഇക്ഷ്വാകുവംശം, അവിടെ തന്റെ ജനനം, പേര് രാജ്യഭരണം, മക്കൾ, ഭാര്യ, വനയാത്ര, നായാട്ടിലെ കമ്പം, യക്ഷഭവനത്തിലെ വാസം, ഉമാവനപ്രദേശം, സ്ത്രീയായി മാറിയത്, ബുധനെ ലഭിച്ചത്, മകന്റെ ജനനം എല്ലാം വളരെ വിസ്തരിച്ച് തന്നെ മകനെ കേൾപ്പിച്ചു.

പുരൂരവസ്സ് : അമ്മക്ക് തൃപ്തികിട്ടാൻ ഇനി എന്തു വേണം?

ഇള : എന്റെ പുരുഷഭാവം തിരിച്ചുകിട്ടണമെന്നും രാജ്യം ഭരിക്കണമെന്നും ആഗ്രഹമുണ്ട്. നിന്നെ അഭിഷേകം ചെയ്യണമെന്നുണ്ട്. ദാനം, യാഗം, മോക്ഷത്തിനായുള്ള കർമ്മം തുടങ്ങിയവയും നടത്തണമെന്നുണ്ട്.

പുരൂരവസ്സ് : ഇത് നിറവേറ്റി കിട്ടാൻ ഞാൻ തപസ്സനുഷ്ഠിക്കണോ അതോ മറ്റ് മാർഗങ്ങൾ വല്ലതുമുണ്ടോ?

ഇള : നിന്റെ അച്ഛനോടു ചോദിക്കൂ. സർവജ്ഞനായ അദ്ദേഹം വഴി പറഞ്ഞുതരും.

അമ്മ പറഞ്ഞതനുസരിച്ച് പുരൂരവസ്സ് ഉടൻ ബുധനെ സമീപിച്ച് അമ്മയുടെ ആവശ്യമറിയിച്ചു.

ബുധൻ : ഇളൻ ഇളയായതും ഉമാവനപ്രവേശവും ശിവന്റെ കല്പനയും എല്ലാം എനിക്കറിവുള്ളതാണ്. ശിവനേയും പാർവ

തിയേയും പ്രസാദിപ്പിക്കുകയല്ലാതെ മറ്റു വഴികളൊന്നുമില്ല. അതിനായി ഗൗതമിയിലേക്കു പോയ്ക്കൊള്ളൂ. അവിടെ ശിവൻ ഉമയോടൊപ്പം വരദാനത്തിനു തയ്യാറായി വസിക്കുന്നുണ്ട്.

പിതൃനിർദേശമനുസരിച്ച് അമ്മയുടെ പുരുഷഭാവം വീണ്ടെടുക്കാനായി ഗൗതമി തീരത്തേക്ക് തപസ്സുചെയ്യാൻ പോയി. മകന്റെ പിന്നാലെ ഇളയും ബുധനും പുറപ്പെട്ടു. ഗൗരിയേയും ശങ്കരനേയും സ്തുതിച്ചു. ഉമാമഹേശ്വരി സംപ്രീതയായി പ്രത്യക്ഷപ്പെട്ടു. എന്താഗ്രഹമാണ് ഞാൻ സാധിച്ചുതരേണ്ടത് എന്ന് ചോദിച്ചു.

പുരൂരവസ്സ് : അംബികേ, ഭവതിയുടെ വനത്തിൽ അറിയാതെ ഇളൻ പ്രവേശിച്ചു. അതു ക്ഷമിച്ച അവരെ പുരുഷനാവാൻ അനുവദിക്കണം.

അവരോട് അങ്ങനെയാവട്ടെ എന്നുപറഞ്ഞുകൊണ്ട് പാർവതി ശിവന്റെ അഭിപ്രായം തേടി.

ശിവൻ : രാജാവ് ഇവിടെ കുളിച്ച് പൗരുഷം നേടട്ടെ. ഗൗതമിയിൽ ഇള കുളിച്ചപ്പോഴേക്കും പുരുഷനായിത്തീർന്നു. പുരോഹിതനായ വസിഷ്ഠനും പുത്രന്മാരും പത്നിയും മന്ത്രിമാരുമെല്ലാം അവിടെയെത്തി. ചതുരംഗത്തോടു കൂടി അവിടെ രാജ്യം സ്ഥാപിച്ചു. ഇന്ദ്രപുരിയെ വെല്ലുന്ന ശോഭ അതിനുണ്ടായിരുന്നു. ഇളന്റെ പേരിൽത്തന്നെ ആ സ്ഥലം അറിയപ്പെട്ടു. ലൗകിക സുഖങ്ങളിൽ വിരക്തി തോന്നിയപ്പോൾ രാജാവ് സൂര്യവംശജരായ എന്റെ പുത്രന്മാരെ രാജ്യഭാരമേല്പിച്ചു. ഇളാപുത്രനായ പുരൂരവസ്സിനേയും അഭിഷേകം ചെയ്തു. സോമവംശത്തിന്റെ സ്ഥാപകൻ ഇവനായിരിക്കുമെന്ന് പ്രഖ്യാപിച്ചു. ബുദ്ധിമാനും ശക്തനുമായ പുരൂരവസ് എല്ലാവരേക്കാൾ ശ്രേഷ്ഠനായി രാജ്യംഭരിച്ചു.

ബ്രഹ്മാണ്ഡപുരാണകഥകൾ

ഡോ. പാലനാട് വാസുദേവൻ നമ്പൂതിരി

കഥകൾ

ധന്വന്തരി

പണ്ട് ദേവന്മാരും അസുരന്മാരും കൂടി അമൃത് ലഭിക്കുന്നതിനായി പാലാഴിയെ മഥിച്ചുകൊണ്ടിരിക്കുകയായിരുന്നു. അതിനിടയിൽ സർവ്വാംഗവിഭൂഷിതനും സുന്ദരനുമായ ഒരു കുട്ടി അമൃതകലശത്തോടുകൂടി പ്രത്യക്ഷപ്പെട്ടു. ആ കുട്ടിയുടെ ശരീരഭംഗി കണ്ടിട്ട് പല സിദ്ധികളുമുള്ളവനാണെന്നറിഞ്ഞിട്ട് മഹാവിഷ്ണു 'ജലത്തിൽനിന്ന് ഉണ്ടായ നീ അബ്ജൻ എന്ന പേരിൽ പ്രസിദ്ധനാകൂ' എന്നു പറഞ്ഞു. അപ്പോൾ 'ഞാൻ അവിടുത്തെ പുത്രാന്തകനാണെന്ന്' അബ്ജനും പറഞ്ഞു. 'എനിക്ക് സ്ഥാനവും യജ്ഞഭാഗവും അനുവദിച്ചുതന്നാലും' എന്ന് അബ്ജൻ വിഷ്ണുവിനോട് അഭ്യർത്ഥിച്ചു.

'ഹേ, അബ്ജ, യജ്ഞഭാഗദാനം ഋഷീശ്വരന്മാർ കൃതയുഗത്തിൽ ചെയ്തുകഴിഞ്ഞിരിക്കുന്നു. ദേവതമാർക്കും മന്ത്രപൂർവ്വകരായ ഹവനവും പ്രഥമയുഗത്തിൽതന്നെ ദേവതമാർക്ക് വേറെ വേറെ നൽകി കഴിഞ്ഞിരിക്കുന്നു. ഇനി പുതുതായി ഒരു പങ്ക് നൽകുവാൻ സാധ്യമല്ല.' എന്നിങ്ങനെ ഋഷീശ്വരന്മാർ പറഞ്ഞു. അപ്പോൾ മഹാവിഷ്ണു 'അടുത്ത ജന്മത്തിൽ നിനക്ക് സകലസിദ്ധികളും കൈവരും. അങ്ങിനെ അഷ്ടസിദ്ധികൾ കൈവരുമ്പോൾ ഈ ശരീരംകൊണ്ടുതന്നെ നീ ദേവത്വത്തെ പ്രാപിക്കും. മന്ത്രങ്ങൾ, നെയ്യടക്കമുള്ള ഗവ്യവസ്തുക്കൾ എന്നിവകൊണ്ട് ബ്രാഹ്മണർ അങ്ങയെ പൂജിക്കും. പണ്ടുകാലത്ത് ബ്രഹ്മാവിനാൽ ഉപദേശിക്കപ്പെട്ട ആയുർവ്വേദത്തെ നീ വീണ്ടും രചിക്കും. രണ്ടാമത്തെ ദ്വാപരയുഗത്തിൽ ഇക്കാര്യമെല്ലാം സംഭവിക്കുമെന്ന് പറഞ്ഞ് മഹാവിഷ്ണു അപ്രത്യക്ഷമായി.

രണ്ടാമത്തെ ദ്വാപരയുഗമായി. കാശി രാജാവായ ദീർഘതപൻ പുത്രലബ്ധിക്കായി തപസ്സാരംഭിച്ചു. തനിക്ക് അബ്ജനെ പുത്രനായി ലഭിക്കണമെന്ന് മോഹിച്ചു. വിഷ്ണുവിന്റെ അനുഗ്രഹത്താൽ അബ്ജൻ ധന്വന്തരി എന്ന പേരിൽ രാജാവായ ദീർഘതപസ്സിന്റെ

പുത്രനായി ജനിച്ചു. ധന്വന്തരി കുട്ടിക്കാലം കഴിഞ്ഞയുടനെ ഭരദ്വാജമഹർഷിയിൽനിന്ന് ആയുർവ്വേദത്തെ സ്വീകരിച്ചു. ചികിത്സാസൗകര്യാർത്ഥം ആയുർവ്വേദത്തെ ധന്വന്തരി എട്ടുവിഭാഗമായി [(അഷ്ടാംഗം) (കായചികിത്സ, ബാലചികിത്സ, ഊർദ്ധ്വംഗചികിത്സ, ശല്യചികിത്സ, ദംഷ്ട്രചികിത്സ (വിഷം), ജര, വാജീകരണം] തിരിച്ചു. ധന്വന്തരി ആയുർവ്വേദത്തെ തന്റെ ശിഷ്യന്മാരെ അഭ്യസിപ്പിച്ചു.

ധന്വന്തരിയുടെ പുത്രൻ കേതുമാൻ, കേതുമാന്റെ പുത്രൻ ദിവോദാസൻ എന്നിങ്ങനെയാണ് അവരുടെ വംശാവലി.

പണ്ടൊരിക്കൽ വാരാണാസിയിൽ ക്ഷേമകൻ എന്നൊരു രാക്ഷസനുണ്ടായിരുന്നു. ആ രാക്ഷസനെ നശിപ്പിക്കുക എന്ന ലക്ഷ്യത്തോടെ മഹാപരാക്രമശാലിയായ നികുംഭൻ എന്ന മഹാത്മാവ് വാരണാസിയെ ശപിച്ചു - ഈ നഗരം ആയിരം വർഷക്കാലം ശൂന്യമായി ഭവിക്കട്ടെ'

ധന്വന്തരിയുടെ പൗത്രൻ ദിവോദാസൻ ഈ ശാപകഥയറിഞ്ഞു. അദ്ദേഹം വാരണാസിയെ വിട്ടുപോയി. ഗോമതിനദീതീരത്തുള്ള സുന്ദരമായ നഗരത്തിലേക്ക് താമസം മാറ്റി. ആ നഗരം ആധുനിക ലക്നൗ നഗരമാണത്രെ.

ഒരിക്കൽ ശിവപാർവ്വതിമാർ വാരണാസിയിലെത്തി. അവർക്ക് ഈ നഗരം ഇഷ്ടപ്പെട്ടു. എന്നാൽ പാർവ്വതിയുടെ മാതാവായ മേനക്ക് ഈ നഗരത്തോട് വെറുപ്പു തോന്നി. തന്റെ മകളോട് ഈ നാടിന്റെ ഗുണമില്ലായ്മ, ശിവന്റെ ദാരിദ്ര്യം എന്നിവ പാർവ്വതിയോട് പറഞ്ഞു. ഈ കാര്യം ശിവന്റെ ചെവിയിലെത്തി. തന്റെ പത്നിയെയും പത്നീമാതാവിനെയും സന്തോഷിപ്പിക്കുവാൻ ശിവൻ തീരുമാനിച്ചു. വാരണാസിയെ കൈലാസതുല്യമായ നഗരമാക്കുവാൻ മഹാദേവൻ സ്വപ്നത്തിൽ ദിവോദാസന് നിർദ്ദേശം നൽകി.

അധികം താമസിയാതെ ശാപശൂന്യമായ വാരണാസി സുന്ദരനഗരമായി. മാത്രമല്ല, 'മംകനൻ' എന്ന ബ്രാഹ്മണശ്രേഷ്ഠന് 'വരിഷ്ഠമായ മുഹൂർത്തത്തിൽ വാരണാസിയിൽ ശിവ-പാർവ്വതിമാരെ പ്രതിഷ്ഠിക്കുവാൻ' നിർദ്ദേശം നൽകി.

മഹാരാജാവ് ദിവോദാസന്റെ സാന്നിദ്ധ്യത്തിൽ മംകനൻ ശിവപാർവ്വതിമാരെ പ്രതിഷ്ഠിച്ചു. ഈശ്വരസാന്നിദ്ധ്യം വാരണാസിയെ മേൽക്കുമേൽ പരിപാവനവും പ്രസിദ്ധവുമാക്കി.

ദിവോദാസന്റെ മുത്തച്ഛനായ ധന്വന്തരി തന്റെ വംശത്തിലുണ്ടായ രാജാക്കന്മാർക്ക് ആയുർവ്വേദത്തെ പ്രചരിപ്പിക്കുവാൻ സ്വപ്നത്തിൽ നിർദ്ദേശം നൽകി. ആയുർവേദ പഠിതാക്കൾക്കായി 'ധന്വന്തരി നിഘണ്ടു' എന്നൊരു ഗ്രന്ഥവും ദിവോദാസന് നൽകി.

(ആയുർവേദത്തിലെ പദങ്ങളുടെ മാത്രം അർത്ഥം പ്രതിപാദിക്കുന്ന ഗ്രന്ഥത്തെ നിഘണ്ടു എന്നും സംസ്കൃതഭാഷയിൽ എല്ലാ വിഭാഗത്തിലുമുള്ള പദങ്ങളുടെ അർത്ഥം പ്രതിപാദിക്കുന്നതിനെ കേശഗ്രന്ഥം എന്നും പറയാറുണ്ട്.)

ദിവോദാസന്റെ അശ്രാന്തപരിശ്രമംകൊണ്ട് ആയുർവേദം ഭാരതീയചികിത്സാരീതി എന്ന നിലയിൽ പ്രസിദ്ധമായി.

യയാതി

ചന്ദ്രവംശമഹാരാജാവായിരുന്ന നഹുഷന്ന് യതി, യയാതി, സംയാതി, ആയതി, വിയതി, കൃതി എന്നീ പേരോടുകൂടി ഇന്ദ്ര സമ തേജസ്സുള്ള ആറ് പുത്രന്മാർ ഉണ്ടായിരുന്നു. ജ്യേഷ്ഠപുത്ര നായ യതി കാകുൽസ്ഥപുത്രിയായ 'ഗൗ' എന്ന തരുണീമണിയെ വിവാഹം ചെയ്തു. മുമുക്ഷുവായ യതി അധികനാൾ കഴിയും മുമ്പേ ബ്രഹ്മത്തെ പ്രാപിച്ചു.(അന്തരിച്ചു). പിന്നീട് യയാതി രാജാ വായി. അദ്ദേഹം ശുക്രാചാര്യരുടെ പുത്രിയായ ദേവയാനിയെ വിവാഹം ചെയ്തു. യദു, തുർവസു എന്നിവർ യയാതിക്ക് ദേവ യാനിയിൽ ജനിച്ചവരാണ്. പിന്നീട് വൃഷപർവ്വാവിന്റെ പുത്രി ശർമ്മി ഷ്ഠയെ യയാതി വിവാഹം ചെയ്തു. അവളിൽ അദ്ദഹത്തിന് ദഹ്യു, അനു, പുരു എന്നീ മക്കളുണ്ടായി.

ഇപ്രകാരം സുന്ദരന്മാരും പരാക്രമികളുമായ കുട്ടികളെ കണ്ട് സന്തോഷിച്ച ദേവേന്ദ്രൻ അവർക്കൊരു രഥം നൽകി. അതിനുപു റമെ ഒരിക്കലും അസ്ത്രം തീരാത്ത ഒരു ആവനാഴിയും നൽകി. മനോജവസമാനങ്ങളായ കുതിരകളോടു കൂടി ആ സുന്ദര രഥ ത്തിലേറി ദേവയാനിയോടൊപ്പം യാത്ര ചെയ്തു. യയാതി സമ സ്തലോകങ്ങളെയും ജയിച്ചു. ദേവന്മാർ അസുരന്മാർ മനുഷ്യർ ഇവരിൽ യയാതി ഏറ്റവും ശ്രേഷ്ഠനായി.

ഈ രഥം തലമുറയായി പൂരുവംശരാജാക്കന്മാരുടെ വിശിഷ്ട വാഹനമായി. ജനമേജയനും പരീക്ഷിത്തും ഈ രഥത്തിലിരുന്നു കൊണ്ടായിരുന്നു ദിഗ് വിജയങ്ങൾ നടത്തിയത്. ബുദ്ധിമാനായ ഗാർഗ്യന്റെ ശാപം കൊണ്ട് യാദൃച്ഛികമായി ആ രഥം നഷ്ടമായി അപ്പോൾ 'ഗാർഗ്യൻ' നിനക്കെപ്പോഴും ലോഹഗന്ധം (അറപ്പുണ്ടാ കുന്ന ദുർഗന്ധം) ഉണ്ടാവട്ടെ' എന്ന് ശപിച്ചു. ലോഹഗന്ധിയെ വീട്ടു കാരും നാട്ടുകാരും വെറുത്തു. ഇതിൽനിന്ന് മുക്തി നേടുവാൻ പലരെയും സമീപിച്ചു. എന്നാൽ നിരാശമാത്രം ബാക്കിയായി. ഒടു വിൽ ദുഃഖിതനായ ജനമേജയന്റെ ശൗനകമഹർഷിയെ ശരണം

പ്രാപിച്ചു. ശൗനകൻ ഇന്ദ്രോതൻ എന്ന പേരിൽ പ്രസിദ്ധനായിരുന്നു. ദുർഗന്ധമുക്ത്യർത്ഥം ശൗനകൻ അശ്വമേധം ആരംഭിച്ചു. യാഗാവസാനം ദുർഗന്ധം പൂർണ്ണമായും ഇല്ലാതായി.

ആ വിശിഷ്ടരഥം ചേദിരാജാവായ വസുവിന്റെ പക്കലായിരുന്നു. വസുവിൽനിന്ന് ഇന്ദ്രൻ, ബൃഹദ്രഥൻ, ജരാസന്ധൻ വധിച്ച ശേഷം ആ രഥം പാർത്ഥസാരഥിയായ ശ്രീകൃഷ്ണനു നൽകി. കൃഷ്ണൻ ആ രഥം ജനമേജയനു കൊടുത്തു.

ശുക്രാചാര്യരുടെ ശാപം കാരണം യയാതി അകാല ജരാനര ബാധിതനായി. യൗവന സുഖം അനുഭവിച്ചു തീരാത്ത യയാതി തന്റെ ജ്യേഷ്ഠപുത്രനായ യദുവിനോട് തന്റെ അകാലവാർദ്ധക്യത്തെ സ്വീകരിക്കുവാൻ പറഞ്ഞു. താൻ ബ്രാഹ്മണർക്ക് ഭിക്ഷ നൽകുക എന്ന ശ്രമസാധ്യമായ പ്രവൃത്തിയിൽ മുഴുകി ഇരിക്കയാണ്. അതിനാൽ വാർദ്ധക്യം സ്വീകരിക്കുവാൻ സാധ്യമല്ലെന്ന് പറഞ്ഞു. തുർവസുവും ഒരു നിസ്സാരകാരണം പറഞ്ഞ് ഒഴിഞ്ഞുമാറി. ഒടുവിൽ യയാതി പുരുവിനെ സമീപിച്ചു. പിതാവിന്റെ സന്തോഷമാണ് ഏറ്റവും വലിയ ധനമെന്ന് ഉദ്ഘോഷിച്ചുകൊണ്ട് പിതാവിന്റെ ജരാനരകളെ സ്വീകരിക്കുവാൻ പുരു തയ്യാറായി.

ശുക്രാചാര്യർ ഒരു ശല്യക്രിയയിലൂടെ (ഓപ്പറേഷൻ) യയാതിയുടെ വാർദ്ധക്യത്തെ പുരുവിന്റെ ശരീരത്തിലേക്ക് സംക്രമിപ്പിച്ചു. അങ്ങിനെ യയാതി സകലലൗകികസുഖങ്ങളും യഥേഷ്ടം അനുഭവിച്ചു. തുടർന്ന് പുരുവിനെ പ്രജകളുടെ ആഗ്രഹാനുസാരം ചക്രവർത്തിയായി അവരോധിച്ചു. ഇന്ദ്രതുല്യ പരാക്രമിയായ, നഹുഷപൗത്രനായ പുരു പ്രജകളെ സംരക്ഷിച്ചുകൊണ്ട് വർഷങ്ങളോളം ജീവിച്ചു. പുരുവിന്റെ മരണാനന്തരം ചന്ദ്രവംശത്തിന് പൂരുവസംശം എന്ന ഒരു പുതിയ പേർകൂടി ലഭിച്ചു.

'കേശമന്ത്രങ്ങൾ, ശരീരാംഗങ്ങൾ എന്നിവയെല്ലാം കാലംകൊണ്ട് ജീർണ്ണാവസ്ഥയെ പ്രാപിക്കാം. ഒരുനാൾ ഈ ശരീരം നശിക്കുമെന്ന് അറിഞ്ഞതോടുകൂടി മനുഷ്യന്റെ ജീവിതാശയും ധനാശയും ഒരിക്കലും ജീർണ്ണിക്കുന്നില്ല. ദിവ്യമായ മഹത്തായ സുഖം ലൗകിത ജീവിതസുഖമല്ല' എന്ന് സൂതൻ എല്ലാവരേയും ഓർമ്മിപ്പിച്ചു.

കാർത്തവീര്യാർജ്ജുനൻ

യദു യയാതിയുടെ ജ്യേഷ്ഠപുത്രനാണ്. അദ്ദേഹത്തിന്റെ താവഴിയിലുണ്ടായ കൃതവീര്യന്റെ പുത്രനാണ് കാർത്തവീര്യാർജ്ജുനൻ. ഇദ്ദേഹം നർമ്മദാനദീതീരത്തുള്ള മാഹിഷ്മതീനഗരം തലസ്ഥാനമാക്കി രാജ്യഭരണം നടത്തിവന്നു.

ഒരിക്കൽ യാദൃച്ഛികമായി അവിടെ എത്തിയ നാരദമഹർഷിയുടെ നിർദ്ദേശം അനുസരിച്ച് ലോകസുഖങ്ങളും മോക്ഷവും ലഭിക്കുവാൻ ഭദ്രദീപപ്രതിഷ്ഠ എന്ന കർമ്മം ചെയ്യാൻ ഗുരു അത്രിപുത്രനായ ദത്താത്രേയനെ ചുമതലപ്പെടുത്തി. മഹായജ്ഞത്തിന്റെ അവസാനം യഥേഷ്ടം വരങ്ങൾ ചോദിച്ചുകൊള്ളാൻ പറഞ്ഞു.

'ആയിരം ബാഹുക്കൾ, അനശ്വരപൂർണ്ണയൗവനം, സപ്തദ്വീപാധിപത്യം തുടങ്ങി നിരവധി വരങ്ങൾ ദത്താത്രേയനിൽനിന്ന് വാങ്ങി. വരങ്ങളിൽ അഹങ്കരിച്ചുകൊണ്ട് എൺപത്തിആറായിരം വർഷം അയാൾ രാജ്യം ഭരിച്ചു.

കാർത്തവീര്യാർജ്ജുനനുമായി ബന്ധപ്പെട്ട നിരവധി വ്യത്യസ്ത കഥകൾ മഹാഭാരതം ഉത്തരരാമായണം, ബ്രഹ്മാണ്ഡപുരാണം എന്നിവയിൽ കാണാം. ബ്രഹ്മാണ്ഡ പുരാണത്തിലെ ചില കഥകൾ ഇവിടെ പറയാം.

ഒരിക്കൽ പരശുരാമന്റെ പിതാവ് ജമദഗ്നി മഹർഷി ചമത, ദർഭ തുടങ്ങിയവ ശേഖരിക്കുവാൻ കാട്ടിൽ പോയി. പതിനാലുവയസ്സ് പ്രായമായ പരശുരാമനെ ആശ്രമത്തിൽ കാവലിരുത്തിയിട്ട് മാതാവായ രേണുക വെള്ളം കൊണ്ടുവരാൻ രേവാനദിയിലേക്ക് പോയി. ആ സമയം കാർത്തവീര്യൻ ഭാര്യമാരോടൊത്ത് ജലക്രീഡ നടത്തുകയായിരുന്നു. രേണുക അല്പനേരം ഒളിച്ചുനിന്നുകൊണ്ട് ജലക്രീഡ കണ്ടു. അവിടത്തെ ജലം ക്രീഡകാരണം കലങ്ങിയതിനാൽ വെള്ളത്തിനായി അവൾ പുഴയുടെ മറ്റൊരു ഭാഗത്തേക്ക് പോയി. അവിടെയാകട്ടെ സാല്വരാജാവ് ചിത്രരഥൻ കാമിനിമാരോടൊപ്പം ജലക്രീഡ നടത്തുകയായിരുന്നു. രേണുക അവിടെയും അല്പ

നേരം നിന്നു. രാജാവ് പോയശേഷം രേണുക വെള്ളമെടുത്ത് ആശ്രമത്തിലേക്കു പോയി. അവളെ കണ്ടമാത്രയിൽ ജമദഗ്നി പരശുരാമനെ കൊണ്ട് അവളുടെ ഗളച്ഛേദം ചെയ്യിച്ചു.

ഒരിക്കൽ കാർത്തവീര്യൻ കൂട്ടുകാരോടൊപ്പം നായാട്ടിനു പോയി. നായാട്ടു കഴിഞ്ഞ് നർമ്മദയിൽ കുളിച്ച കാർത്തവീര്യൻ ജമദഗ്നി മഹർഷിയെ വന്ദിച്ചുപോവാൻ തീരുമാനിച്ചു. നമസ്ക്കരിച്ചശേഷം ഇരുവരും അല്പനേരം കുശലപ്രശ്നം നടത്തി. ജമദഗ്നി മഹർഷി നിമിഷനേരം കൊണ്ട് കാർത്തവീര്യനും കൂട്ടുകാർക്കും അതിവിശിഷ്ടമായ ഒരു സദ്യ നൽകി. ഈ വിധത്തിലുള്ള സദ്യ നിമിഷം കൊണ്ടു നൽകാൻ ജമദഗ്നിക്ക് സാധിച്ചത് കാമധേനുവിന്റെ സഹോദരിയായ സുശീല ആ ആശ്രമത്തിൽ ഉണ്ടായിരുന്നതിനാലാണെന്ന് മന്ത്രി ചന്ദ്രഗുപ്തൻ കാർത്തവീര്യന് രഹസ്യമായി പറഞ്ഞുകൊടുത്തു. വിനയപൂർവ്വം യാചിച്ച് മുനിയുടെ പശുവിനെ കൊണ്ടുവരാൻ കാർത്തവീര്യൻ കല്പിച്ചു. ആ സമയം പരശുരാമൻ സ്ഥലത്തില്ലായിരുന്നു. ആ പശുവിനെ തരുവാൻ സാധ്യമല്ലെന്ന് ജമദഗ്നി പറഞ്ഞു. ഉടനെ ചന്ദ്രഗുപ്തൻ ബലാൽക്കാരമായി പശുവിനെ കൊണ്ടുപോകാൻ ശ്രമിച്ചു. പെട്ടെന്ന് പശു അന്തരീക്ഷത്തിലേക്കുയർന്ന് അന്തർധാനം ചെയ്തു. രാജകിങ്കരന്മാർ പശുവിനെ കിട്ടാഞ്ഞതിനാൽ നിരാശരായിരുന്നുവെങ്കിലും അതിന്റെ കുട്ടിയെ അവർ ബലാൽക്കാരമായി പിടിച്ചുകൊണ്ടുപോയി. ആ മൽപിടുത്തത്തിൽ ജമദഗ്നി മരിച്ചു.

അകൃതവ്രണൻ എന്ന ശിഷ്യനോടുകൂടി പരശുരാമൻ സ്ഥലത്തെത്തി. മരിച്ചുകിടക്കുന്ന പിതാവിനെ കണ്ട് പരശുരാമൻ കരഞ്ഞുകൊണ്ട് ഇരുപത്തിയൊന്നു തവണ മാറത്തടിച്ചു. താൻ ഇരുപത്തിയൊന്നു തവണ ഭൂമിയിൽ പ്രദക്ഷിണം വെച്ച് സമസ്ത ക്ഷത്രിയ രാജാക്കന്മാരേയും വധിക്കുമെന്ന് പരശുരാമൻ പ്രതിജ്ഞ ചെയ്തു. ആ സമയം സുശീല എന്ന പശുവിനോടുകൂടി ശുക്രാചാര്യർ അവിടെ പ്രത്യക്ഷനായി. അദ്ദേഹം ജമദഗ്നിയെ ജീവിപ്പിച്ചശേഷം അന്തർധാനം ചെയ്തു.

തുടർന്ന് മാഹിഷ്മതീ നഗരകവാടത്തിൽ ചെന്ന് പരശുരാമൻ കാർത്തവീര്യനെ പോരിനു വിളിച്ചു.

തുടർന്ന് നടന്ന ഭയങ്കരയുദ്ധത്തിൽ പരശുരാമൻ നർമ്മദൻ,

രോചനൻ തുടങ്ങിയ നൂറ് കാർത്തവീര്യപുത്രന്മാരെ വധിച്ചു. പിന്നീട് തന്റെ പരശുകൊണ്ട് കാർത്തവീര്യന്റെ ആയിരം കൈകൾ വെട്ടി നുറുക്കി. ഒടുവിൽ കാർത്തവീര്യനെ പരശുരാമൻ വധിച്ചു.

ദ്വിജവർമ്മൻ

അതിപുരാതനമായ, പരിപാവനമായ കാഞ്ചീനഗരത്തിൽ പണ്ട് വജ്രൻ എന്ന ഒരു ചോരൻ താമസിച്ചിരുന്നു. ചെറിയ തോതിൽ ആരംഭിച്ച മോഷണം കാലംകൊണ്ട് വർദ്ധിച്ചു. അവൻ ശക്തിശാലിയായ ക്രൂരനായ വലിയ ചോരനായി.

ഹിംസ്രജന്തുക്കളെക്കൊണ്ട് നിറഞ്ഞ ഒരു വനം ഉണ്ടായിരുന്നു. തനിക്ക് മോഷണത്തിലൂടെ ലഭിച്ച ധനം മുഴുവൻ വജ്രൻ രഹസ്യമായി കാടിന്റെ നടുക്കുള്ള ഗുഹയ്ക്കുള്ളിൽ സൂക്ഷിച്ചുവെച്ചു. ആ ഗുഹ ധനംകൊണ്ട് നിറയാറായി.

ഒരുദിവസം ഒരു കാട്ടാളൻ വജ്രൻ ധനം സൂക്ഷിക്കുന്ന ഗുഹ യാദൃച്ഛികമായി കാണാനിടയായി. അതിൽനിന്ന് കുറെ ധനം വസ്ത്രത്തിൽ കെട്ടി വിറകിൻകെട്ടിനുള്ളിൽ വെച്ച് അവൻ കൊണ്ടുപോയി. തന്റെ സമ്പാദ്യത്തിൽനിന്ന് കുറെ ധനം പോയത് വജ്രൻ അറിഞ്ഞിരുന്നില്ല. കിരാതൻ വീട്ടിലെത്തി. എല്ലാ കാര്യങ്ങളും വിശദമായി പറഞ്ഞു. ശുദ്രൻ തുടങ്ങിയ താഴ്ന്ന ജാതിയിൽ പെട്ടവരുടെ കയ്യിൽ ധനം നീക്കാൻ നിലനിൽക്കുകയില്ല അത് സ്ഥിരമായി നിൽക്കുന്നത് ബ്രാഹ്മണൻ ക്ഷത്രിയൻ എന്നിവരുടെ പക്കൽ മാത്രമാണ്. ഇതിനുകാരണം കാട്ടാളനായ വാല്മീകിയുടെ ശാപമാണത്രെ. അതേ സമയം സ്വപ്രയത്നമില്ലാതെ വെറുതെ ലഭിച്ച ധനം ജനോപകാരപ്രദമായ എന്തെങ്കിലും കാര്യത്തിനു ചെലവാക്കിയാൽ ഏതു ജാതിയിൽ പെട്ടവനും പുണ്യം ലഭിക്കുമെന്ന് ഭാരതീയസ്തുതികൾ ഉദ്ഘോഷിക്കുന്നു.

ഇക്കാര്യം കാട്ടാളപത്നി തന്റെ ഭർത്താവിനോട് പറഞ്ഞു. അവളുടെ നിർദ്ദേശാനുസരണം കാട്ടാളൻ അവിടെ സുന്ദരമായ ഒരു തടാകം നിർമ്മിച്ചു. ആ സുന്ദരതടാകത്തിന്റെ മധ്യത്തിൽ ഒരു ക്ഷേത്രവും അതിനടുത്ത് ഒരു സുന്ദരമായ വിഷ്ണുക്ഷേത്രവും നിർമ്മിച്ചു. ബ്രാഹ്മണർ നടന്നുപോവുന്ന ആ സ്ഥലത്ത് നിരവധി ബ്രാഹ്മണ ഗൃഹങ്ങൾ പണിതു. അപ്പോഴേക്കും പണം തീർന്നു. കാട്ടിലെ ഗുഹയിൽ ചെന്ന് കുറച്ചുകൂടി ധനം എടുത്തു. എല്ലാ

പണികളും പൂർത്തിയാക്കി. ബ്രാഹ്മണർക്കായി ഗൃഹങ്ങൾ നൽകി. സന്തുഷ്ടരായ ബ്രാഹ്മണർ അവന് ദ്വിജവർമ്മൻ എന്നും ഭാര്യക്ക് ശീലവതി എന്നും പേരിട്ടു. ബ്രാഹ്മണസംരക്ഷിണാർത്ഥം ഇവർ ഒരു ചെറിയ വീടുണ്ടാക്കി താമസിച്ചു. ഈ സ്ഥലത്തിന് 'ദേവരാതപുരം' എന്നു പേരിട്ടു.

ആയുസ്സ് തീർന്നപ്പോൾ ദ്വിജവർമ്മാവ് എന്ന കാട്ടാളൻ മരിച്ചു. യമൻ, രുദ്രൻ, വിഷ്ണു എന്നിവരുടെ കിങ്കരന്മാർ അവനെ കൊണ്ടു പോകുവാൻ അവിടെ എത്തി. അവനെ ലഭിക്കുവാനായി ഇവർ തമ്മിൽ തമ്മിൽതമ്മിൽ യുദ്ധം തുടങ്ങി. പെട്ടെന്ന് അവിടെ പ്രത്യ ക്ഷപ്പെട്ട നാരദൻ അവരോട് ഇങ്ങിനെ പറഞ്ഞു. 'നിങ്ങൾ യുദ്ധം നിർത്തുവിൻ. അപഹരിച്ച ധനം കൊണ്ടാണ് ഇവൻ ജലാശയം, ബ്രാഹ്മണഗൃഹങ്ങൾ എന്നിവ നിർമ്മിച്ചത്. അതിനാൽ ഇവൻ ഇവൻ പന്ത്രണ്ടു വർഷം വായുവായി മാറി ജീവിക്കുന്നു. ഇതു കേട്ട കിങ്കരന്മാർ യുദ്ധം നിർത്തി അവരവരുടെ ദേവസമീപത്തേക്ക് പോയി. ഭർത്താവിന് നല്ല കാര്യങ്ങൾ ചെയ്യാൻ നിർദ്ദേശം നൽകിയ ഈ കിരാതപത്നിക്ക് ബ്രഹ്മലോകം ലഭിക്കും. തന്റെ ഭർത്താവിനെ കൂടാതെ താൻ ബ്രഹ്മലോകത്തിലേക്കില്ലെന്ന് കിരാതപത്നി ഉറ പ്പിച്ചുപറഞ്ഞു. തപസ്സിലൂടെ ശിവ-പാർവ്വതിമാരെ ആരാധിച്ചാൽ ഭർത്താവിനെ ലഭിക്കുമെന്ന് പറഞ്ഞ് നാരദൻ അപ്രത്യക്ഷനായി. അവൾ ശിവപാർവ്വതിമാരെ പൂജിക്കുന്നതിൽ വ്യാപൃതയായി.

ആയിടയ്ക്ക് ഭീകരമോഷ്ടാവായ വജ്രൻ മരിച്ചു. അവൻ യമ ലോകത്തെത്തി. ഇവൻ ചോരനാണ്, ഇവന് വിധിച്ചിട്ടുള്ളത് നരക മാണ് എന്ന് ചിത്രഗുപ്തൻ പറഞ്ഞപ്പോൾ ചിത്രഗുപ്തനെ തിരു ത്തിക്കൊണ്ട് യമൻ പറഞ്ഞു.

'ഇവൻ ചോരനാണ് എന്നതു ശരിതന്നെ. അവൻ അറിയാതെ യാണെങ്കിലും ജനോപകാരപ്രദമായ കാര്യങ്ങൾക്കാണ് വിനിയോ ഗിച്ചിട്ടുള്ളത്.

യമൻ തുടർന്നു.

'ദ്വിജവർമ്മാവ് എന്ന കാട്ടാളനും ഭാര്യയും എല്ലാ ലോകങ്ങ ളെയും അതിക്രമിച്ച് ഇപ്പോൾ മഹാദേവന്റെ അനുഗ്രഹത്താൽ കൈലാസത്തിൽ സസുഖം വാഴുന്നു. ആ കാട്ടാളന്റെ പുണ്യത്തിന്റെ അല്പഭാഗം കൊണ്ട് ഹേ, വജ്രാ, നീ സസുഖം സ്വർഗ്ഗത്തിൽ താമ സിച്ചാലും.

♦

www.ingramcontent.com/pod-product-compliance
Lightning Source LLC
LaVergne TN
LVHW060147051026
849517LV00007B/2575
9789394472358